# ஒடுக்கப்பட்டோர் அரங்கியல்

(தலித் / பெண்ணியம்)

D1771466

முனைவர் பேரா. கே.ஏ. குணசேகரன்

நியூ செஞ்சுரி புக் ஹவுஸ் (பி) லிட்.,
41–B, சிட்கோ இண்டஸ்டிரியல் எஸ்டேட்,
அம்பத்தூர், சென்னை– 600 098.
☎: 26258410, 26251968, 26359906

Language : Tamil
## Odukkappattor Arangiyal
Author: **Dr. K.A. Gunasekaran**
First Edition: March, 2005
Third Edition: December, 2015
Fourth Edition: November, 2016
Copyright: Author
No. of pages: 136
Publisher :
**New Century Book House Pvt. Ltd.,**
41-B, SIDCO Industrial Estate,
Ambattur, Chennai - 600 098.
Tamilnadu State, India.
email: info@ncbh.in
Online: www.ncbhpublisher.com
ISBN. 978 - 81 - 2340 - 900 - 9
Code No. A 1314
₹ 50.00

### Branches
**Ambattur (H.O.)** 26359906, 26258410, 26251968, 044-26241288
**Spenzer Plaza (Chennai)** 044-28490027 **Trichy** 0431-2700885
**Pudukkottai** 04322- 227773 **Tanjore** 04362-231371
**Tirunelveli** 0462-2323990 **Madurai** 0452-2344106, 2350271
**Dindigul** 0451-2432172 **Coimbatore** 0422-2380554
**Erode** 0424-2256667 **Salem** 0427-2450817 **Hosur** 04344-245726
**Krishnagiri** 0434-3234387 **Ooty** 0423-2441743
**Vellore** 0416-2234495 **Villupuram** 04146-227800
**Pondicherry** 0413-2280101 **Thiruvannamalai** 04175-223449

### ஒடுக்கப்பட்டோர் அரங்கியல்
ஆசிரியர்: முனைவர் பேரா. கே.ஏ. குணசேகரன்
முதல் பதிப்பு : மார்ச், 2005
மூன்றாம் பதிப்பு: டிசம்பர், 2015
நான்காம் பதிப்பு : நவம்பர், 2016

அச்சிட்டோர்: **பாவை பிரிண்டர்ஸ் (பி) லிட்.,**
16 (142), ஜானி ஜான் கான் சாலை, இராயப்பேட்டை, சென்னை - 14
☎ : 044-28482441

## பதிப்புரை

பேராசிரியர் முனைவர் கே.ஏ. குணசேகரன் தமிழக நாட்டுப்புறக் கலை இலக்கியம் என்னும் துறைகளில் தலைசிறந்து முன் நிற்பவர். இவருடைய சில நூல்களை ஏற்கனவே நியூ செஞ்சுரி புத்தக நிறுவனம் வெளியிட்டுள்ளது. இடதுசாரிக் கருத்து இவருடைய அடையாளம்.

'ஒடுக்கப்பட்டோர் அரங்கியல்' என்னும் இத் தொகுப்பில் ஏழு கட்டுரைகள் இடம் பெற்றுள்ளன. இக்கட்டுரைகளில் தலித் மக்களின் பிரச்சினைகள் ஆழ்ந்து ஆராயப்படுகின்றன. பன்னெடுங்காலமாக, இந்துத்துவ வர்ணாசிர தர்மப் பின்புலத்தில், பஞ்சமர்கள் என ஊர்களின் வெளிப்புறத்தே ஒதுக்கப்பட்டு, விலங்குகளிலும் கேடாக அடக்கி ஒடுக்கப்பட்டு வாழ்ந்துவரும் மக்களுடைய கலை, இலக்கியம், நாடகம் ஆகியவை தனி, அவை தனியே ஆய்ந்து பயிலப்பட வேண்டும், வளர்க்கப்பட வேண்டும், பெண்ணியத்திலிருந்து தலித்தியம் மாறுபட்டது, மலைவாழ் மக்களும், அவர்களுடைய பிரச்சினைகளும், பரிந்துரைகளும் பரிவுடன் அணுகித் தீர்க்கப்பட வேண்டும் என்பன போன்ற முக்கியமான கருத்துகள் வழங்கப்படுகின்றன.

தலித் இயக்கத் தளம் பொது மைய நீரோட்டத்தோடு கலப்பது கடினம், தேவையற்றது, வர்க்கப் போராட்டங்களிலும் அதிகமாகப் பாதிக்கப்படுபவர்கள். தலித் மக்கள்

எனவே அரசு இவர்களைப் பாதுகாக்கத் தக்க நடவடிக்கைகளை மேற்கொள்ள வேண்டும் என வலியுறுத்துகிறார்.

இப்பொழுது பெரு வழக்காக ஆட்சியிலிருக்கும் 'தலித்' என்ற சொல் மராத்தியச் சொல். ஏறத்தாழ எண்பது ஆண்டுகளுக்கு முன் பாபாசாகிப் அண்ணல் அம்பேத்கருடன் நெருங்கிப் பணியாற்றிய தலைவர் பி.என். ராஜ்போஜ் என்பவர் 'Dalit Voice' என்ற இதழை நடத்தி வந்தார். 'மரத் வாடா' என்னும் மாத இதழ் 1969-ஆம் ஆண்டு 'தலித் இலக்கியம்' என்னும் தொடரை முதன் முதலில் அறிமுகம் செய்தது. இவ்வழக்கு இன்று நாடு முழுவதும் பரவி வந்துள்ளது.

சமூக அறிவியல் என்னும் துறை பத்தொன்பதாம் நூற்றாண்டிடையில், கார்ல் மார்க்ஸ் சமகாலத்துச் சிந்தனையாளர்களால் வளர்க்கப்பட்டது. முதலாளித் துவம் ஏகாதிபத்தியமாக மாறிக் காலனிகளை உருவாக் கியது இதே நூற்றாண்டில்தான். சமூக அறிவியலார் இரு வகையினர். முதலாளித்துவத்தின் கோர விளைவாக எண்ணற்ற மக்கள் எல்லா உடைமைகளையும், உரிமைகளையும் இழந்து பஞ்சைப் பராரிகளாயினர். குகைகளிலும், காடுகளிலும் அநாகரிக நிலையில் வாழ்ந்த மக்களும் முதலாளித்துவ வலையில் சிக்கிச் சீரழிய நேரிட்டது.

இது இறைவன் கட்டளை, விதி என வாதிப்பவர்கள், விளக்கம் சொன்னவர்கள் சமூக விஞ்ஞானிகளில் பல பிரிவினர். 1789-ஆம் ஆண்டில் ஏற்பட்ட பிரெஞ்சுப் புரட்சிக்குப் பின் உண்டான விழிப்புணர்ச்சியினால் உந்தப்பெற்ற சமுதாய விஞ்ஞானிகள், சிலர் சோசலிசத்தின்பால் ஈர்க்கப்பெற்றனர். ஆனால்

அவர்களது சோஷலிசம் கற்பனாவாத சோசலிசம். இவ்வகை சோஷலிசத்திற்கு நேர் எதிரானது விஞ்ஞான சோஷலிசம். கார்ல் மார்க்ஸ் படைப்புகளை அடிப் படையாகக் கொண்டது.

கார்ல் மார்க்ஸ் விஞ்ஞான சோஷலிசம் பொருள் முதல்வாதத்தையும், வர்க்கப் போராட்டத்தையும் தொழிலாளி வர்க்க சர்வாதிகாரத்தையும் மையமாகக் கொண்டது. கற்பனாவாத சோஷலிச வயப்பட்ட சமூக விஞ்ஞானிகளுக்கு இவை உடன்பாடு அல்ல. சமூகத்தின் கீழடியில் பொதிந்து கிடக்கும் வரலாற்று உண்மைகளை இவர்களால் கண்டறியமுடியவில்லை. இதன் காரணமாகவே இந்தியச் சமூக வரலாற்றை ஆய்ந்த ஹெர்பர்ட் ஸ்பென்சர், மாக்ஸ் வெபர், மாக்ஸ் முல்லர், டர்கைம், பெரட்டோ (சிலர் சோஷலிஸ்ட் அனுதாபிகள் அல்லர்) போன்றோர் சமுதாயச் சிக்கல்களுக்கும் நிலைமைகளுக்கும் விளக்கம் மட்டுமே தந்தனர். அவர்களுடைய நூல்கள் அறிவுக்கு விருந்தாயின.

அமெரிக்கச் சமூகவியலாளரான ‘லூயி ஹெனறி மார்கன்’ என்பார் அமெரிக்கத் தொல் சமூகப் பழங்குடியினர் பற்றி இயக்கவியல் அடிப்படையில் ஆய்ந்தார். இந்த ஆய்வினைத் தொடர்ந்து பிரடெரிக் ஏங்கல்ஸ் ‘குடும்பம், தனிச்சொத்து, அரசு ஆகியவற்றின் தோற்றம்’ என்னும் நூல் எழுதினார். இதுவே இன்றுவரை காடுகளிலும், மலைகளிலும், ஊர்ப்புறங்களிலும் ஒதுக்கப்பட்ட விளிம்பு நிலை மக்களைத் திரட்டி, அவர்களும் வாழப் பிறந்தவர்கள் என்னும் உணர்வூட்டிச் சமத்துவ வாழ்க்கையைப் போரிட்டு அடைய உந்து சக்தியாகவும், வழிகாட்டியாகவும் விளங்குவது. உலகத்தின் எந்தக் கண்டமாயினும், எந்த நாடாயினும், அங்கு வாழும்

விளிம்பு நிலை மக்களுக்கு மார்க்சியம்தான் வழிகாட்டி வருகிறது. தொழிலாளர், விளிம்பு நிலை மக்களுக்கு என நாடக அரங்கு பற்றி ஜெர்மன் பொதுவுடைமை இலக்கிய முன்னோடி பெர்ட் டோல்ட் பிரெஷெட் பல ஆண்டுகளுக்கு முன்னரே கொள்கை வகுத்துத் தந்தார் என்பது குறிப்பிடத்தக்கது. மேலும், எர்னஸ்ட் பிஷர் (Ernest Fisher) எழுதிய The Necessity of Art - A marxist approach, ஏ.எல். லாயிட் (A.L. Lloyd) எழுதிய Folk Songs in England (Lawrence & Wishart) என்னும் நூல்கள் காணலாம். வேறு பல இடதுசாரி சிந்தனையாளர்களும் பல வழிகாட்டி நூல்கள் எழுதியுள்ளனர்.

இந்தியாவில் தலித் இயக்கம் முதலில் உருவானது. மராத்திய மாநிலத்தில். மார்க்சியத்தாலும், மக்சீம் கார்க்கியின் எழுத்துக்களாலும் கவரப்பட்டு அவற்றின் ஆளுமைக்கு உள்ளான 'அன்ன ப.ஊ. சாத்தே' இவ்வியகத்தின் முன்னோடி எனலாம். 'மார்க்சிய அடிப்படையிலான கண்ணோட்டம், அம்பேத்கர் இயக்கம் சார்ந்த உணர்வு இவரை உந்திச் செலுத்தின என்று அர்ஜூன் டாங்களே என்பவர். 'தலித் இயக்கத்தின் போக்கும் வளர்ச்சியும், (பக். 16-17) என்னும் நூலில் குறிப்பிடுவது கருதத்தக்கது. இவர் மேலும் கூறுகிறார். "ரஷ்யப் புரட்சியினால் உந்துதல் பெற்ற மேல்சாதித் தலைமை, சாதியத்திற்கு எதிரான போராட்டத்தை நடத்த வேண்டிய தேவையை உணராததோடு மட்டுமில்லாமல், சுரண்டப்பட்ட வகுப்புகளுக்கிடையிலே நிலவி வந்த உள் முரண்பாடுகளைக் களைய வேண்டிய தேவையையும் உணரவில்லை. சமூகத்தின் கடைநிலை மக்களுக்கிடையில் ஊடுருவி வாழ முற்போக்கு எழுத்தாளர்கள் முயன்றதே இல்லை" - (பக். 18)

மராத்திய மாநிலத்தில் இவரைத் தொடர்ந்து பாபுராவ் பாகுல், சங்கர்ராவ் கரத், நாராயண் சுர்வே இவ்வியக்கத்துக்கு உத்வேகம் தந்தனர். கவிதைகள், சிறுகதைகள், நாவல்கள், சமூக ஆய்வு நூல்கள் தோன்றலாயின. வேத காலம் தொடங்கி இக்காலம் வரை சமுதாய அடித்தள மக்கள், விளிம்புநிலை மக்கள் ஒடுக்கப்பட்டுச் சீரழிந்து போயினர் என்பதை ஆய்வுகள் எடுத்துக்காட்டின. பல சிற்றிதழ்கள் வெளிவரத் தொடங்கின. தலித் இயக்கச் சிந்தனை மராத்தியத்திலும் பிற மாநிலங்களிலும், மராத்திய மொழியிலும் பரவிற்று. இவ்வியக்கம் மார்க்சியம், பௌத்த மெய்யியல், அம்பேத்கர் சிந்தனை என்னும் மூன்றையும் தழுவி நிற்பது என்பது குறிப்பிடத்தக்கது. அம்பேத்கர் மார்க்சியத்திற்கு எதிரி அல்லர், பொதுவுடைமைச் சமுதாயத்திலும் துக்கம் இருந்தே தீரும். அதனைத் தீர்க்க வல்லது பௌத்த மெய்யியல் (துக்க நிவாரண மார்க்கம்) மட்டுமே என்பது அம்பேத்கரின் கருத்து. இந்தப் பின்புலத்தில் மார்க்சியத்தைக் கரைத்துக் குடித்துவிட்டதாகக் கருதும் அன்பர்கள் சிலர் பொதுவுடைமையினர் தலித் - விளிம்பு நிலை மக்களுக்கு ஏதும் செய்ததில்லை என்று எழுதி வருவது வருந்தத் தக்கது. இவர்களில் பெரும்பாலோர் எந்தப் பொறுப்பு கடமை உணர்ச்சியை வற்புறுத்தும் அமைப்பியல் (கட்சி) கட்டுப்பாடு இல்லாதோர், மார்க்சியம் சமுதாய நிகழ்ச்சிகளைக் காரண காரியங்களோடு விளக்குவதற்கான வழிமுறை மட்டுமே சமூக மாற்றத்திற்கான போராட்டக் கருவி - சித்தாந்தம் அன்று என்று கருதுவோர் இவ்வகையினர்.

இந்தியப் பொதுவுடைமை இயக்கம் பல சோதனை களையும், அடக்குமுறைகளையும் கடந்து வந்துள்ளது

என்பது வரலாறு. மேற்குடியினரை ஆலயப் பிரவேசம் என்னும் கோரிக்கையின் அடிப்படையில் சமூக சமத்துவம் காணக் காந்தியம் தட்டித் திரட்டி எழுப்ப அதே போது, அவர்களை விழிப்படையச் செய்யப் பொதுவுடைமை இயக்கம், தஞ்சைத் தரணியில் தாழ்த்தப்பட்ட, அடக்கி ஒடுக்கப்பட்ட மக்களைச் சாணிப்பால் சவுக்கடி என்னும் கொடிய தண்டனைகளிலிருந்து தோழர் பி. சீனிவாசராவ் அவர்கள் தலைமையில் நடைபெற்ற விவசாயப் போராட்டத்தின் வழி விடுவித்தது. நெல்லை மாவட்டத்தில் களக்காடு, திருக்குறுங்குடி பகுதிகளில் அடித்தளப் பெண்களை உரப்பெட்டி சுமக்கும் பணியிலிருந்து பொதுவுடைமை இயக்கத் தோழர்கள் வாத்தியார் சண்முகவேலு, இரா. நல்லகண்ணு, கட்டளை மாணிக்கம் ஆகியோர் பண்ணை மிருகங்களிடமிருந்து விடுவித்தனர் என்பன வரலாற்றுச் செய்திகள். (பேரா. ஆ. சிவசுப்பிரமணியம் கட்டுரை - புதிய காற்று அக். 2004 மாத இதழ், பக் - 22). இப்படிப்பட்ட நாடு முழுவதும் நடைபெற்ற நிகழ்ச்சிகள் பலவற்றை எடுத்துக் காட்டலாம். இவை இரண்டும் மாதிரிகளே. நிகழ்ச்சிகள் திரட்டித் தொகுக்கப்பட்டால் பெருநூலாகும்.

இக்காலத்தில் தலித் - விளிம்பு நிலை மக்களுக்குப் பொதுவுடைமை இயக்கம் எதுவும் செய்ததில்லை என்று வாதிக்கும் அன்பர்கள், அவர்கள் மழலைப் பருவத்திலிருந்த காலத்திலேயே போராட்டத்தைப் பொதுவுடைமைக் கட்சியினர் அடக்கி ஒடுக்கப்பட்ட தாழ்த்தப்பட்ட மக்களுடைய சமத்துவ நல்வாழ்வுக்காக நடத்தி வெற்றி கண்டனர் என்பதை மனத்தில் கொள்வது நல்லது. மேலும் செய்ய வேண்டும் என்பது ஆக்கபூர்வமான பரிந்துரை: ஏதும் செய்யவில்லை என்பது பழியுரை.

தலித் இயக்கம் சிறுகதை, நாடகம், நாவல், ஆய்வு என்னும் எல்லாத் துறைகளிலும் தனி வழிகாண முயல்கிறது. ஆயிரக்கணக்கான ஆண்டுகள் எல்லா வழிகளிலும் இழிவுக்கும், பழிப்புக்கும் ஆளான விளிம்புநிலை மக்களுக்குப் பொதுத்தளத்திற்கு, மைய நீரோட்டத்திற்கு வருவது கடினமான பிரச்சினையாகவே உள்ளது என்பது உண்மை. இவ்வேற்றுமைகளைக் களைந்து எறிவது எளிதன்று. இடதுசாரிகள் பரிவுடனும், பொறுப்புடனும் கடமை உணர்ச்சியுடனும் அனுதாபத்துடனும் அணுகி இரு நீரோட்டங்களிடையே இணக்கம் காண இடையறாது முயல வேண்டும். இது நீண்டகாலத் திட்டம். ஆயினும் வர்க்கப் போராட்டங்கள் வெற்றி பெறப் பல ஆண்டுகளாகும். ஆனால், வர்க்கப் போராட்டங்களைக் குறுகிய நோக்கில் சாதிப் போராட்டங்களாகக் காண்பது தவிர்க்கப்பட வேண்டும். தவிர்த்தல் சமூகத்தின் முழு ஒற்றுமைக்கும், சமூக மாற்றத்துக்கும் துணை செய்யும், வழிகாட்டும்.

முனைவர் **கே.ஏ. குணசேகரன்** சிறந்த படைப்பாளி. பரிந்துரைகள் வழங்குவதோடு நில்லாமல், ஆக்கப் பூர்வமான வழிமுறைகளையும் சுட்டிக் காட்டுகிறார். தலித் இன மக்களுக்கு அவருடைய வழிகாட்டுதல் தேவை. அவருடைய பணி தொடர்வதாக.

ஆர். பார்த்தசாரதி

## முன்னுரை

'தலித் அரங்கியல்' எனும் தலைப்பில் ஏற்கனவே எனது நூல் ஒன்று வெளிவந்துள்ளது. கீழைக்காற்று பதிப்பகம் இந்நூலை வெளியிட்டுள்ளது. அதனைத் தொடர்ந்து 'ஒடுக்கப்பட்டோர் அரங்கியல்' எனும் இந்நூல் வெளிவருகிறது. அவ்வப்போது ஒடுக்கப்பட்ட மக்களுக்கான விழிப்புணர்வு முகாம்களில்* தொடு, கோப்பு, மழி போன்ற எனது நாடகங்கள் நிகழ்த்தப்பட்டன. தமிழகத்தில் முதல் தலித் நாடகம் எனப் பலராலும் பேசப்பட்ட எனது 'பலி ஆடுகள்' எனும் நாடகம் தேசிய நாடகப்பள்ளி நடத்தும் தேசிய நாடக விழாவில், தன்னானே குழுவினரால் புதுடில்லியில் (2003, மார்ச் 26) நிகழ்த்திக் காட்டி பலமொழி பேசும் நாடக விற்பன்னர்கள் பலர் காணும் வாய்ப்பு கிட்டியது. சென்னை 'அலையன்ஸ் பிரான்சு' அரங்கில் இந்நாடகம் நடத்தப்பட்டபோது தமிழ் நாடகத்தார் பரவலாகக் காணும் வாய்ப்பு கிட்டியது. தொடர்ந்து சென்னைப் பல்கலைக் கழகத்தில் ஆங்கிலத் துறையினர் கன்னட நாட்டினர் நிதியுதவியுடன் நடத்திய தலித் நாடக விழா மற்றும் கருத்தரங்கில் 'பலி ஆடுகள்' நாடகம் நிகழ்த்தப்பட்டு விவாதிக்கப்பட்டது.

---

* தமிழ்நாடு அரசு, ஆதிதிராவிடர் மற்றும் பழங்குடியினர் நலத்துறை, ஆதிதிராவிடர் மற்றும் பழங்குடியினர் பிரச்சினைகள் மீதான புரிதல் ஏற்படுத்துதல் குறித்த விளக்க முகாம். 18-6-02. கடித எண்: 12135-2002-10.

சென்னைப் பல்கலைக் கழகம் தவிர்த்த தமிழகத்தின் பிற அனைத்துப் பல்கலைக் கழகங்களிலும் பல்வேறு கலைக் கல்லூரிகளிலும் பலி ஆடுகள், சத்தியசோதனை, பவளக்கொடி அல்லது குடும்ப வழக்கு ஆகிய எனது நாடகங்கள் பாடத்திட்டத்தில் இடம் பெற்றிருக்கின்றன.

இத்தகைய சூழலில், சாகித்ய அகாதெமியினர் 'ஒடுக்கப்பட்டோர் அரங்கியல்' (தலித் / பெண்) எனும் தலைப்பில் ஒரு கட்டுரை வேண்டுமெனக் கேட்டிருந்தனர். அவர்களுக்காக எழுதப்பட்ட கட்டுரை இந்நூலில் முதலாக இடம் பெற்றுள்ளது. இரண்டு ஆண்டுகளாகியும் இக்கட்டுரை சாகித்ய அகாதெமியின் எந்தவொரு வெளியீடுகளிலும் வெளிவரவில்லை. காலம் கருதி அக்கட்டுரை இதில் இடம் பெற்றுள்ளது.

'தலித் அரங்கியலின் தேவை குறித்து' எனும் இக்கட்டுரை தலித் அரங்கியல் குறித்த ஒரு கருத்தரங்கு நடத்த நிதி நல்க வேண்டி அனுப்பி வைக்கப்பட்ட திட்டத்திற்கு எழுதப்பட்ட சுருக்கம் ஆகும். பின்னர், விரிவுற எழுதப்பட்டுள்ளது. இக்கட்டுரை 'புதிய கோடாங்கி' இதழில் இடம்பெற்று வெளிவந்துள்ளது. இந்தக் கட்டுரையில் தலித் அரங்கியலாளர்களுக்குச் சில ஆலோசனைகள் முன்வைக்கப்பட்டுள்ளன. ஏனைய நாடகங்களிலிருந்து 'தலித் அரங்கியல்' தனித்து விளங்குவதை அவதானிக்க இதுவும் அடுத்து இடம்பெறும் தலித் அரங்கியல் கோட்பாடு என்னும் கட்டுரையும் இடம் அளிக்கும். 'தலித் அரங்கியல்' இந்தியச் சூழலில் புதிதாக முன்வைக்கப்பட்டுள்ள கருத்தியல் ஆகும். தலித் அரங்கியல் கோட்பாடு எனும் கட்டுரைக்கு நாடக விமர்சகரான டாக்டர் அ. இராமசாமியின் பாராட்டு கிடைத்தது. பிற நாடக வல்லுநர்கள் தலித் அரங்கியல்

எனும் இக்கருத்தியல் குறித்த மௌனத்தை இன்னும் உடைக்காமல் இருக்கிறார்கள் போலும். 'தியேட்டர் ஆப் தி அப்ரஸ்ட்' (Theatre of the oppressed) என்று உலகெங்கும் ஒடுக்கப்பட்டோர் அரங்கியல் குறித்துச் சிந்தித்துச் செயல்படுத்தக் கூடியவர்களுடன் தலித் அரங்கியல் எனும் கருத்தியலும் ஒருசேர எண்ணுதற்கும் தனித்துவத்தை உணர்வதற்கும் வழி வகுக்கத்தக்கது.

தலித் அரங்கியல் கோட்பாடு என்பதில் தளம் அல்லது வெளி, கருத்துப் புலப்பாடு, மொழி, உடல்மொழி, வெளிப்பாட்டு முறை போன்றவைகளில் வேறுபடுகின்ற புள்ளிகளை எடுத்துக்காட்டி தனித்துவமான கருத்தியலை முன்வைக்க முயற்சி மேற்கொள்ளப்படுகிறது. இக்கட்டுரையும் புதிய கோடாங்கியில் வெளிவந்துள்ளது.

பழங்குடி இளைஞர்களின் வருமான வாழ்வுக்கான பரிந்துரைகள் எனும் கட்டுரை உதகையில் நடந்த கருத்தரங்கில் படிக்கப்பட்டது. உதகையில் மலையின மக்கள் ஆய்வு மையம் தமிழ்ப் பல்கலைக் கழகத்தின் ஒரு சிகரமாக அம்மையம் இருந்தபோது நான் அங்கு விரிவுரையாளராக இருந்தேன். அப்போது செய்த ஆய்வுகளின் அனுபவம் வழியே இக்கட்டுரை உருவாக்கப் பட்டது. எனினும் இம்மக்களிடம் உள்ள விலைமதிப் பில்லாத 'கலை குறித்த அறிவு' கணக்கில் கொள்ளத் தகுந்தது என கவனப்படுத்த முயன்றுள்ளேன். தலித் அரங்கில் மலையின மக்களும் அடங்குவது சாலப் பொருந்திவரச் சாத்தியமிருக்கிறது. எனவே, இத் தொகுப்பில் இக்கட்டுரையும் இடம் பெற்றுள்ளது.

தலித் கலை இலக்கியம் - இன்றைய சூழலில் .... எனும் கட்டுரை தோழர் அ. மார்க்ஸ் தோழியர் ரஜினி இணைந்து மதுரையில் நடத்திய தலித் கருத்தரங்கில் படிக்கப்பட்டதாகும்.

உலக மயமாதல் கலாசாரங்களை ஒரு பொருள் போலப் பாவித்துப் பண்டமாற்று செய்வதோடு பணமாக்குவது குறித்துச் சிந்திக்கவும் செயல்படவும் தொடங்கியுள்ளது.

விளிம்புநிலை மக்களின் கலை கலாசாரங்களை மைய நீரோட்டத்திற்குள் நுழையத் தொடர்ந்து போராட்டம் நடத்திச் செல்ல முயற்சி செய்யும் வேளையில் மையம் செயற்கையான தடைகளை ஏற்படுத்துவதில் முனைப்புக் காட்டிக்கொண்டேயிருக்கிறது. ஒருபுறம் தடுப்புச் சுவர்களைக் காட்டிக் கொள்ளும் மைய நீரோட்டம் மறுபுறம் விளிம்புநிலை மக்களது கலாசாரக் கூறுகளை உள்வாங்கிக் கொள்வதில் அதிக அக்கறை காட்டி வருவதையும் காணமுடிகிறது. மையம் தன் இருப்பைத் தக்க வைத்துக்கொள்ளச் சந்தையைக் கவர்ச்சிகரமாக்கிக் கொள்கிறது. கலை கலாசாரங்களையும் கச்சாப் பொருள்களாக்கி வியாபாரமாக்கிட ஒருசில கூறுகளை உள்வாங்கிக் கொள்கிறது. இந்தவித ஈர்ப்புத் தன்மையினை விளக்கித் தலித் கலை இலக்கியம் கலாசாரம் இன்றைய

---

"UNESCO is in the process of adopting a new international convention on cultural diversity. The proposed convention is aimed at providing a frame work of reference for Government for formulating policies to preserve cultural diversity in a homogenizing and globalising world}."*

\* F.No. 2-15/2003 - Desk (UNESCO) 18th Aug. '04 letter from Govt. of India, Ministry of Culture, New Delhi. 1/ 0001. L. KAIANGTE, Director. Discussion held at Chennai by Govt. of India, Culture Dept. on 25.8.2004.

சூழலில் எவ்விதம் உள்ளது என்பதை எண்ணிட வாய்ப்பளிப்பதாக இக்கட்டுரை அமைகிறது.

'பயன்பாட்டு நாட்டுப்புறக் கலையும் தலித் கலையும்' என்னும் கட்டுரை மதுரை காமராசர் பல்கலைக் கழக நாட்டுப்புற வழக்காற்றியல் துறையினர் அழைத்ததன் பேரில் வாசித்தளித்த கட்டுரையாகும். கட்டுரையின் பிற்பகுதியில் தலித் கலைகள் மற்றும் கலாசாரக் கூறுகள் குறிப்பாக தலித் இயக்கங்கள் தங்கள் போராட்டக் களங்களில் பயன்படுத்திக்கொள்ளும் முறைமை பற்றி விளக்கப்பட்டுள்ளது. இது விரிவாக விளக்கப்பட வேண்டியுள்ளது. எனினும் குறிப்பாக உணர்ந்து கொள்ளத் தக்கதாக இக்கட்டுரை அமைகிறது.

சாதி மோதல்கள் - தடுக்கும் வழிமுறைகள் எனும் இக்கட்டுரை, எஸ்.சி; எஸ்.டி; விழிப்புணர்வு உயர் அரசு அலுவலர்க்கான பயிற்சி முகாம்கள் தமிழகத்தின் தலைமைச் செயலகம் தொடங்கிப் பல்வேறு மாவட்டங் களில் நடைபெற்றபோது இதுகுறித்த வகுப்பு நடத்து வதற்காகத் தயாரித்து அளிக்கப்பட்ட கட்டுரையாகும். ஒவ்வொரு வகுப்பின்போதும் இதோடு கூடுதலாகச் செய்திகள் சேர்த்துக் கூறப்பட்டது எனினும் அவை அனைத்தும் இக்கட்டுரையில் சேர்க்கப்படவில்லை.

ஒடுக்கப்பட்டோர் அரங்கியல் குறித்துச் சிந்திக்கும் போது சாதி குறித்தும் அது நீக்கப்படுவது குறித்தும் எண்ணிப் பார்க்கத்தக்க வகையில் இத்தொகுப்பில் இக்கட்டுரை இணைத்திருப்பது பொருத்தமாகின்றது.

இந்நூலைக் கொண்டு வருவதில் முனைப்புக் காட்டிய நியூ செஞ்சுரி புத்தக நிறுவனத்தாருக்கு தோழமை கலந்த நன்றி என்றும் உரியது. இக்கட்டுரைகள் பல்வேறு

தளங்களில் பல்வேறு சூழல்களில் தயாரிக்கப்பட்டு அளிப்பதற்கு வாய்ப்பு ஏற்படுத்திக் கொடுத்த அனைத்து நிறுவனங்களுக்கும், வெளியிட்டு உதவியுள்ள பல்வேறு இதழ் பொறுப்பாளர்களுக்கும் எனது நன்றி உரியது.

மாற்று அரங்கியல் குறித்தும் சமூக விழிப்புணர்வு குறித்துச் சிந்திப்போருக்கும் நவீன கலை இலக்கியத் தேடல் குறித்தோருக்கும் இந்நூல் இன்னொரு தளத்தை ஏற்படுத்தித் தருமேல் நலம் பயக்கும்.

தோழமையுடன்,

- கே.ஏ. குணசேகரன்

# பொருளடக்கம்

| | பக்கம் |
|---|---|
| 1. ஒடுக்கப்பட்டோர் அரங்கியல் | 17 |
| 2. தலித் அரங்கியலின் தேவை குறித்து... | 52 |
| 3. தலித் அரங்கியல் கோட்பாடு | 66 |
| 4. பழங்குடி இளைஞர்கள் வருமான வாழ்வுக்கான வழிமுறைகள் - பரிந்துரைகள் | 77 |
| 5. தலித் கலை இலக்கியம் - இன்றைய சூழலில் | 91 |
| 6. பயன்பாட்டு நாட்டுப்புறக் கலையும் தலித் கலையும் | 101 |
| 7. சாதி மோதல்கள் - தடுக்கும் வழிமுறைகள் | 126 |

# 1. ஒடுக்கப்பட்டோர் அரங்கியல்

ஒடுக்கப்பட்டோர் அரங்கு குறித்து உலகெங்கும் உள்ள அரங்கவியலார் பேசத் தொடங்கியுள்ள காலமிது. 'ஒடுக்குதல்' என்பது காலங்காலமாக நடந்து வந்திருக்கின்ற போதிலும் முன்னெப்போதும் இல்லாத அளவுக்கு மிக நூதனமான முறையில் அறிவைப் பயன்படுத்தி ஒடுக்குதல் முறையை ஆதிக்கக்காரர்கள் நாடெங்கும் அவரவர் தேவைகளுக்கேற்பச் செய்து வருகின்றனர். நிறம், மொழி, சாதி, நிலம், பொருளாதாரம், சிறுபான்மை × பெரும்பான்மை, பெண் × ஆண் என்னும் பல ரீதிகளில் ஒடுக்குதல் முறைகள் நடைபெறுகின்றன. இந்தியா போன்ற சாதியச் சமூக நாடுகளில் ஒடுக்கப்பட்டோர் அரங்கு என்பது சாதியத்தை அடிநிலையாகக்கொண்டு அமைகிறது. பெண்களுக்கு உரிய உரிமைகள் மறுக்கப்படும் விதத்தில் இந்துத்துவம் கட்டமைக்கப்பட்டுள்ளது. எனவே இந்தியா போன்ற நாடுகளில் பெண்ணிய அரங்கு என்பது மதம், ஆண், சாதி போன்றவைகளை முன்னிறுத்திச் செயல்பட வேண்டியுள்ளது. இந்திய உயர்

சாதிப் பெண்களுக்கு உரிய அரங்கியல் வேறாகவும் தலித் பெண்ணிய அரங்கு என்பது வேறாகவும் அமைவது தவிர்க்க இயலாததாகிறது. தாழ்த்தப்பட்ட சாதியப் பெண் ஒருத்தி தன் சாதி ஆண்களாலும், மேல்சாதி ஆண், பெண் இருபாலர்களாலும் ஒடுக்குதலுக்கு ஆளாகின்றாள். எனவே தலித் பெண்ணிய அரங்கு தனித்துக் கவனிக்க வேண்டியதாகிறது.

பொதுவாக ஒடுக்கப்பட்டோர் அரங்கம் கொண்டுள்ள நோக்கங்களையும், செயல்படும் விதங்களையும் இந்திய ஒடுக்கப்பட்டோர் அரங்கில், தலித் அரங்கியல் / பெண்ணிய அரங்கியல் எனச் செயல்படும் விதங்கள் குறித்துக் கணிக்க முற்பட்டாலும் இவைகுறித்து தமிழில் விளக்கமான நூல்கள் வெளிவரவில்லை.

## நோக்கங்கள்

- தனித்தும் ஒருங்கிணைந்தும் தேசிய விடுதலையில் பங்கெடுப்பது.

- இழந்த மனித உரிமைகளை மீட்டெடுப்பதும் அவைகளை இழக்காமல் இருக்கக் கவனம் கொள்வது.

- தன்னலமற்ற கடமை உணர்வில் சமூகம் மற்றும் கலாசார மாற்றத்தில் முனைந்து போராடுவது.

- செயல் திட்டமும் செயலும் கொண்ட இயக்கம் கொண்டு புதிய கருத்தியலை உருவாக்கிச் செயல்படுவது.

சமூகத்தில் நேரிடையாகவும் மறைமுகமாகவும் ஒடுக்குதல் முறைமைக்கு ஆளாகி வரும் மக்கள் தங்கள் பிரச்சினைகளை முன்வைத்துப் போராடித் தங்கள்

உரிமைகளை வென்றெடுப்பது வரலாற்றில் நாம் கண்டு வருவதாகும். மனிதச் சமூகத்தில் ஒன்றிணைவது என்பது உரிமையைப் பெறுவதற்கு எவை தடையாக உள்ளனவோ அவற்றை எதிர்த்துப் போராடிப் பெற்றபின் 'பொது'வில் இணைவது என்பது சாத்தியம் ஆகும்.

காட்டாக, ஆணும் பெண்ணும் இணைந்தது சமூகம் ஆகும். ஆண்கள் பெண்களை ஒடுக்குவது என்பது உலகெங்கும் நடந்துவருகின்ற கொடுமையாகும். பெண்கள் தங்கள் உரிமையை ஆண்களிடமிருந்து வென்றெடுத்தபின் ஆணும் பெண்ணும் சமம் என்னும் கருத்தியல் செயல் வடிவில் உருப்பெற்றபின் ஆண், பெண் இயைந்த சமூகம் என்பது பொருள்படும்.

இந்தியாவில் தலித் மக்கள் கிராமங்களில் வாழ்கின்றபோதும் கிராமம் என்பது வேறாகவும், சேரி என்பது வேறாகவும் தனித்து வைக்கப்பட்டுள்ள 'வெளி' (space)களிலேயே வாழ்கின்றனர். 'வெளி' என்பது வாழ்கின்ற சூழலையே தீர்மானிக்க வல்லது. சேரிக்கான விதிகள் தனித்துச் செயல்படுத்தப்பட்டு வருகின்றன. இவ்விதிகளிலிருந்து மீறும்போது ஆதிக்கச் சாதியினரின் தண்டனைகளுக்கு தலித்துகள் ஆளாக வேண்டியுள்ளனர். மனித உரிமை இங்கு மறுக்கப்படுகிறது.* இதனை எதிர்த்துப் போராடக் குறிப்பிட்ட கருத்தியல்கொண்டு செயல் திட்டத்துடன் இயங்கும் இயக்கம் உருப்பெறுவது தவிர்க்க இயலாததாகிறது. இவ்வியக்கம் சமூகம் மற்றும் கலாசார மாற்றத்திற்கு அதாவது ஆதிக்கச் சாதி கொண்டுள்ள சமூகம் மற்றும் கலாசாரத்திற்கு எதிராக ஒருங்கிணைந்த போராட்டத்தை முன்னெடுக்க

---

\* தமிழகத்தில் மனித உரிமைகள் 1998-2000, மக்கள் கண்காணிப்பகம்-தமிழ்நாடு, மதுரை, செப்டம்பர்-2000.

வேண்டியுள்ளது. மனித உரிமை வேண்டிய இப்போராட்டத்தில் இழந்தவைகளை, மறுக்கப்பட்ட உரிமைகளை வென்றெடுப்பது என்பதே முதன்மை நோக்கமாக அமைவதால் இதில் தன்னலம் என்பதும் போலித்தனம் என்பதும் இயல்பாகவே தவிர்க்கப்படும் சூழல் நிலவுவது இயல்பு.

சமூகம் என்பது எப்போதும் எங்கும் ஒன்றாக இருந்ததில்லை. இது ஒன்றாக இருத்தல் வேண்டும் என்பது பொது நோக்காக இருப்பினும் மனித சமூகத்தில் 'Abstract war' எனும் புலப்படாத ஒரு பனிப்போர் என்பது தொடர்ந்து நடந்துகொண்டே வருகின்றது. செயல்களின் ஊடாக இதனை உணர முடியும். இன்று செயல்களின் ஊடாகப் பனிப்போர் நடைபெறுவதைவிட கருத்தியல் ரீதியில் நடைபெறுவதை உலகெங்கும் நுட்பமாகக் காண முடியும். கருத்தியல் ரீதியில் நடைபெறுவதை மொழியியல் வழியே அறிய முடியும்.

புதிய புதிய தத்துவங்கள் இன்று உருவாகி அவை ஒவ்வொரு துறையிலும் செயல்படுகின்றன. நாடகவியல், தொடர்பியல் துறை, பொருளியல், சுற்றுச்சூழல் எனத் தனித்த கோட்பாடுகள் (Ideology) வெளிப்படுவதை நாம் உணர முடியும். தலித்தியம்[1] (Dalit ideology) பெண்ணியம்[2] (Feminism) போன்ற துறைகளில் தலித்திய, பெண்ணியக் கோட்பாடுகள் வெளிப்பட்டுள்ளமை தெளிவு.

---

1. Dalitology, The Book of the Dalit People (2001). Ambedkar Resource Centre, Tumkur.
2. Women's Theatre groups are seeking new forms - forms that have not been derived from the male - oriented and male - dominated, theatre that new exist?.
'Feminist theatre practice' p. 31.
Elaine Aston, 'Routledge, 1999 London & Newyork.

ஒடுக்கப்படுவோர் ஒடுக்கப்படுதலின் விளைவாக உணர்வதிலிருந்து ஒடுக்குதல் முறைகளிலிருந்து விடுதலை பெறுவதற்கான முறைமைகள் குறித்த சிந்தனைகளின் அடிநிலையில் கோட்பாடுகள் உருவாகின்றன. கோட்பாடுகள் சரி, தவறு எனக் கண்டறிவது செயல் தளத்திலேயே அமைகிறது.

## ஒடுக்கப்பட்டோர் அரங்கின் தனித்துவச் செயல்பாடுகள்

* புதிய வடிவம்
* புரட்சிகரக் கருத்துக்கொண்ட கலை வடிவங்கள்
* மீட்டுருவாக்க வரலாறு
* புதிய குறியீடுகள்
* தொன்மங்களையும் காவியங்களையும் மறுவாசிப்புச் செய்தல்
* சொந்த அழகியல் உருவாக்கம்
* தனித்துவ அனுபவங்களைத் தொகுப்பதும் அதன்வழி விடுதலைக்கான கருவிகளாக்குவதும்
* எழுத்துக்களிலும் செயல்பாடுகளிலும் எதிர்ப்புணர்வு

ஒடுக்கப்படும் முறைமை ஒரே மாதிரி அமைவதில்லை. தலித்துகள் மீதான தீண்டாமை என்பது காலத்துக்குக் காலம் வேறுபட்டு அமைவதை அவதானிக்க முடியும். (Untouchable / Neo-untouchable) தீண்டாமை, புதுவடிவ முறைத் தீண்டாமை எனும் முறைமைகளில் இன்று மாறியுள்ளன. படித்த இடங்களில் புதுவகைத் தீண்டாமை முறை வளர்ந்து வருகிறது. படித்து உயர் அதிகாரியாக அமையும் ஒரு தலித் தனக்குக் கீழ்நிலையிலுள்ள ஏவலர் ஒருவர் உயர்சாதியாக இருப்பின் அவரது செயல்பாடு களிலும் உயர் அதிகாரிக்கு ஏவல் பணி செய்வதிலும்

புதுவகைத் தீண்டாமையைக் கடைப்பிடிப்பதை உணர முடியும். உயர் அதிகாரி தாழ்த்தப்பட்ட வகுப்பினராக இருந்து வீடு வாடகைக்குப் பெறுவதில் அனுபவிக்கும் தீண்டாமை புதுவகைத் தன்மை கொண்டதாக அமையும். கண்ணுக்குப் புலப்படாத வகையில் கருத்தியல் வழி தீண்டாமை புதுவடிவம் பெற்றிருப்பதை இங்கு விரிவாக விளக்க இக்கட்டுரை இடமளிக்கவில்லை. தலித்துகளின் எதிர்ப்புணர்வும் நேரிடையாகவும், மறைமுகமாகவும், குறியீடாக அமைவதில் புதுவிதத் தன்மைகள் விளங்குவதை உணர முடியும்.

## ஒடுக்கப்பட்டோர் அரங்கியலின் தேவை

ஒடுக்கப்பட்டோர் அரங்கு என்பது இந்தியாவில் தலித் அரங்கு, தலித் பெண்ணிய அரங்கு, அரவாணிகள் அரங்கு என பல ரீதிகளில் செயல்படுவது தேவையாகிறது. பெண்ணிய அரங்கு என்பதில் உயர்சாதிப் பெண்கள் பேசும் அரங்கு என்பது வேறு; தலித் பெண்ணிய அரங்கு என்பது வேறு ஆகும். பெண்ணிய அரங்கில் பல சாதிப் பெண்களும் இடம் பெறலாம். இவர்கள் தங்களுக்கு இழைக்கப்படும் எல்லா வகைப் பிரச்சினைகளையும் எதிர்த்துப் போராடும் வகையில் செயல்படலாம். ஆனால் இவர்கள் சாதியின் பெயரால் நடைபெறும் ஒடுக்குதல் முறைகள் பற்றிப் பேச இயலாது. பேசினாலும் சாதியின் பெயரால் ஒடுக்கப்படுவோர் செயலாற்றும் பெண்ணிய அரங்கிலிருந்து உயர்சாதிப் பெண்கள் நடத்தும் அரங்கியலில் உயிர்ப்புத் தன்மையும், உண்மைத்துவமும் அமைய வாய்ப்பில்லை.

தலித் பெண்ணிய அரங்கவியலார் நடத்துகின்ற செயல்பாடுகளில் தலித் அரங்கில் செயல்படும் தலித்துகள் ஆதரவு தரலாமேயன்றி தலித் பெண்ணிய அரங்கினை

நடத்த இயலாது. நடத்தினாலும் முழுமை வடிவம் பெறாது. அதுபோல தலித் பெண்ணிய அரங்கில் ஏனைய உயர்சாதிப் பெண்கள் ஆதரவு தரலாமேயன்றி செயல்படுவதில் அல்லது தலைமை ஏற்று நடத்துவதில் பொருள் இருக்க மாட்டாது. 'தலித் பெண்ணிய அரங்கு' பிற உயர்சாதிப் பெண்களை எதிர்ப்பதோடு பிற தலித் மற்றும் உயர்சாதி ஆடவர்கள் என இருதரப்பினரையும் எதிர்ப்பதில்தான் தலித் பெண்ணிய விடுதலை அடங்கி உள்ளது. தலித் பெண்ணிய அரங்கின் செயல்பாடும் இத்தன்மை வாய்ந்ததாகவே அமையும்.

அரங்கியல் என்பது ஆடல், பாடல், உடை, ஒப்பனை, கதை, கதாபாத்திரங்கள், மனித நடவடிக்கைகள், மானுட நேயம், வரலாறு, சமூகம், மொழி, மதம், இனம், சாதி, வட்டாரத்தன்மை, மண்ணின் மணம் எனும் பல்வேறு கலை மற்றும் சமூகக் காரணிகள் ஒட்டுமொத்தமாக இணைந்தும் தனித்தும் வெளிப்படும் களமாக உள்ளன. நாட்டுப்புறங்களில் விளங்கும் கூத்து வடிவங்கள்தாம் நமது முந்தைய அரங்கும் பாரம்பரிய மிக்க அரங்கும் ஆகும். தலைமுறைகளுக்கு நமது கலாசாரத்தைக் கற்றுக்கொடுத்த வடிவமாக நமது அரங்கியல் கலை வடிவமுள்ளது.

உலகெங்கும் இன்று மக்களுக்கான போராட்டக் களவடிவமாக அரங்கியலே [2]முதன்மைத் தன்மை வகிக்கிறது. கருப்பின மக்கள்[3] (Black's theatre) அரங்கு, பெண்ணிய அரங்கு[4] (Feminist theatre), விடுதலை அரங்கு[5] (Libre theatre), மக்கள் அரங்கு[6] (People's theatre), அரசியல் விழிப்புணர்வு அரங்கு[7] (Political theatre), கட்புலனாகா அரங்கு[8] (Invisible theatre) என்பன போன்ற பலவகை வடிவ அரங்குகள் இன்று உலகெங்கும் தோன்றிச் செயற்பட்டு வருகின்றன. பிரச்சினைகளை முன்வைத்து இவ்வகை

அரங்குகள் தோன்றியுள்ளன. சமூகத் தேவைகளை ஒட்டி இவ்வகை அரங்குகள் உருவாகின்றன.* இவை ஆதிக்கத்தை எதிர்த்துக் குரல் கொடுப்பவையாக அமைகின்றன.

---

3.& 7. One from of Political theatre not only survived but continued to grow, black theatre movement in United States had started back in the last 1950s, Creating the plays about Afro-Americans and so raising public awareness of their inheritance, present achievements, and Civil rights. By the early 1970s Gay theatre, Feminist theatre, Hispanic and Native American theatres, theatre for the Deaf and for other special constituencies had all found their individual voices.

P.528 (The OXFORD Illustreated HISTORY OF THEATRE, Edited by John Russell Brown, Oxford University Press, Oxford, Newyork, 1997, II publish)

At the Foot of the Mountain of Mineapolis, one of the first feminist theatre ensembles sets out ideology and quest in a brouchure of 1976.

Sehechner derived his term `Environmental Theatre' from Kaprout's concept of the Happenings, and tried to incorporate such distruptions by interspersing organized action with `open' section ....... the open theatre ....

P. 176. Avantgarde Theatre 1892-1992 Christopher Inns Rout ledge .... London & Newyork Reprinted and 1996.

4. At the Foot the Mountain is a Women's theatre emergent, struggling, angry, joyous ... we are asking: What is a women's space? What is a women's ritual? How does it differ from the theatre of the patriarchy? We struggle torelinguish traditions such as linear plays, to reveal theatre that is circular, intuitive, personal, involving. We are a theatre of protest, witness to the destructiveness of a society which is alienated from itself, and theatre of celebration, participate in the ..... of a new world which is emerging through the rebirth of womens consciousness.

---

5. & 6 சமூக மாற்றத்துக்கான அரங்கு, க. சிதம்பரநாதன், ப.33.

பிப். 1994, சவுத் ஏசியன் புக்ஸ், தேசியக் கலை இலக்கியப் பேரவை.

இந்தியாவில் ஒடுக்குதல் முறையின் தாக்கத்தில் தலித் அரங்கியலும், பெண்ணிய அரங்கியலும் உருப்பெற்றுள்ளன. சமூகத் தேவைகள் இவ்வகை அரங்குகளைத் தோற்றுவிக்கின்றன. இவ்வகை அரங்குகளின் ஆதிக்கத்தை எதிர்த்து எதிர்ப்புகள் வெளிப்படுவது தவிர்க்க இயலாதது. இந்தியச் சூழலில் அரங்கியல் வல்லுநர்கள் பெரும்பாலும் ஆதிக்க வர்க்கத்தையும், ஆதிக்கச் சாதியையும் சார்ந்தவர்களாகவே அமைகின்றனர். தலித் அரங்கியலில் தலித்துகளே முன்நிற்பதும், தலித் பெண்களே தலித் பெண்ணிய அரங்கில் முன்நிற்பதும் இயல்பாகின்றன.

மனிதனைக் கூறுபோட்டு ஒவ்வொரு சாதிக்கும் கீழே ஒருவன் ஒவ்வொரு சாதிக்கும் மேலே இன்னொருவன் எனும் வருணாசிரம முறை உள்ளடங்கிய இந்து மதமே தலித் அரங்கியலுக்கு முதன்மைக் காரணமாக அமைகிறது. தலித் பெண்ணிய அரங்கியலுக்குச் சாதியை முன்வைத்து இயங்கும் இந்து மதமும் ஆணாதிக்கமும் காரணங்களாக அமைகின்றன. இங்கு தமிழ்ச் சூழலில் அரங்கியல் தேவை குறித்து விளக்கப்படுகிறது.

சோழர் காலந்தொட்டே சாதி என்பது தமிழகத்தில் வேறூன்றி நிலவி வருகிறது.⁹ ஆதிக்க வர்க்கத்தினரின் கலை

---

7. Augusto Boal, Games for Actors and Non-Actors translated by Adrian Jackson, First Experiences with invisible Theatre, Forum theatre, The theatre of the oppressed. Routledge, 29, West, 3th Street, new York, NY 1000. Reprinted 1993.

8. அகஸ்டோ போவால் அவர்களால் உருவாக்கப்பட்ட Forum Theatre and Invisible Theatre பிரச்சினைகளை முன்வைத்து நிகழ்த்தப்படுபவை. கலைஞர்கள் சமூக விஞ்ஞானிகளாக இதில் செயல்படுவர். அரங்கின்றி மக்களிடையே விவாதங்களை எழுப்பக் கலைஞர்கள் துணை நிற்பர்.

9. Procedure in land Gifts, "The Cholos by K.A. Nilakanta Sastri. University of Madras PP 550-558. REprinted 1984.

\* சமூக மாற்றத்துக்கான அரங்கு, க. சிதம்பரநாதன், ப. 82.

வடிவங்களில் ஒடுக்கப்படும் விதங்கள் குறித்தும், ஒடுக்கப்படுவோர் குறித்தும் பரவலாகப் பதிவுகள் செய்யப்பட்டுள்ளன. மகாபாரதம், இராமாயணத்தை முன்வைத்துக்கட்டி எழுப்பியுள்ள கதைகளைக் கூத்தாக நடத்தி வரும் தமிழ்ச் சூழலில் சாம்பான், ஏகலைவன் போன்ற சாதியில் தாழ்த்தப்பட்டுள்ள பாத்திரங்கள் சித்திரிக்கப்பட்டுள்ளமையும், இப்பாத்திரங்கள் வழி வருணாசிரம முறைமை கற்பிக்கப்படும் நியாயங்களை மக்களுக்குப் பிரச்சாரப்படுத்துவதையுமே நோக்கமாகக் கொண்டுள்ளன. சமணர்கள் ஆயிரக்கணக்கானவர்களைக் கழுவிலேற்றிக் கொன்று போட்டுப் பெருமை பேசிய சைவ சமயத்தை[10] வளர்த்தெடுக்கும் நோக்கில் உருவாக்கப்பட்ட புராணங்கள் மற்றும் கலை இலக்கியங்களில் முதன்மையானது பெரிய புராணம் ஆகும். அதில் குறிப்பிடப்பெறும் கண்ணப்ப நாயனார்[11] மற்றும் திருநாளைப் போவார் எனும் நந்தனார்[12] போன்ற மலைச்சாதி (கண்பறிப்பு - ஊனம் ஆதல்) மற்றும் தாழ்த்தப்பட்ட பறையர் (உயிர் வதை) வகுப்பினர்களைச் சித்திரித்துக் காட்டும் விதங்கள் (சாமியின் பேரால் இவர்கள் ஆட்கொள்ளப்பட்டுள்ளமை?) நியாயப் படுத்தப்பட்டுள்ளன.

---

10. ஆயிரஞ்சமணும் அழிவாக்கினான் - திருஞான சம்பந்தர்.

11. இதற்கினி என்கண் அம்பால் இடந்தப்பின் எந்தை ஊர்கண்
அதற்கிது மருந்தாய்ப் புண்ணீர் திழியக் கண்டும்
"இற்றையின் நிலைமைக் கென்னோ" இனிச்செயல் என்று பார்ப்பார்
"உற்றநோய் தீர்ப்ப தூனுக் கூ" னெனும் உரைமுன் கண்டார்.
நின்றசெங் குருதி கண்டார்; நிலத்தினின் றேறப் பாய்ந்தார்;
குன்றென வளர்ந்த தோள்கள் கொட்டினார்; கூத்தும் ஆடி

நடைபெற்று வரும் நாட்டுப்புறக் கூத்துக்களில் தலித்துகள் கலைஞர்களாக இடம்பெறுவதை மறைக்கும் முறைமையைக் காணமுடிகிறது. தமிழகத்தின் வடபகுதியில் நிகழும் தெருக்கூத்து வன்னியர் சாதி மக்களால் பெரும்பாலும் நடத்தப்பட்டாலும் பறையர் சாதி மக்களும் பங்கெடுத்துவருகின்றனர். ஆனால் பறையர் சாதி மக்கள் இடம் பெறுவது தெரிவிக்கப் படுவதில்லை.

தொடர்ந்து ஆதிக்கச் சாதியினர் தங்கள் நடவடிக்கைகளைத் தங்களது கலை வடிவங்களிலும் பதிவு செய்து வரும் சூழலில் அரசியல் விழிப்புணர்வு ஏற்பட்டு வருகிறது. டாக்டர் அம்பேத்கார் நூற்றாண்டினை இந்திய அரசே கொண்டாடத் துவங்கிய காலந்தொட்டுத் தலித் மக்கள் பல்வேறு இயக்கங்களை முன்வைத்து உரிமைகளை வென்றெடுக்கும் போராட்டங்களையும், தீண்டாமைக்கு எதிரான போராட்டங்களையும் நடத்தி வருகின்ற சூழல் இது. தலித் இதழ்கள், நாவல்கள், சிறுகதைகள், தலித்

---

"நன்றுநான் செய்த இந்த மதி" என நகையுந் தோன்ற
ஒன்றிய களிப்பி னாலே உன்மத்தர் போல மிக்கார்.

*(கண்ணப்ப நாயனார், 178, 179) (திருத்தொண்டர் புராணம், திருப்பனந்தாள் ஸ்ரீ காசி மடத்து வெளியீடு, ஆகஸ்ட் 1950, ப.130)*

12. பாடு - உன் கறுப்பு தெய்வத்தைக் கொண்
  டாடு - கள்ளு சுள்ளுடன் பூசைகள்
  போடு - நெல் விளையும்படிக்கு வழி
  தேடு - புத்தி சொன்னேனே எதுதான்.

திருநாளைப் போவார் என்னும் நந்தனார் சரித்திரக் கீர்த்தனை. கோபால கிருஷ்ண பாரதியார், இரத்தின நாயகர் அண்ட் சன்ஸ், சென்னை-1. 1976. ப. 57

கவிதைகள், சுயசரிதைகள் என நிறைய படைப்புகள் கலை இலக்கியங்களில் படைக்கப்பட்டு வருகின்றன.[13] தலித் வரலாற்றை மீட்டுருவாக்கம் செய்தல், தலித் அழகியல் எனும் வரிசையில் தலித் நாடகங்களும் படைக்கப் படுகின்றன.[14] போராட்டக் களங்களில் தலித் நாடகங்கள் நடத்தப்பட்டுவருகின்றன. இந்தச் சூழலில் 'தலித் அரங்கியல்'[15] என்பது முன்வைக்கப்பட்டுள்ளது.

'கணக்கற்ற வாழ்க்கை வரலாறுகளின் சாரமே வரலாறு'[16] தமிழகத்தில் கிறித்துவ மதம் தோன்றிய பொழுது சாதியப் பிரச்சினைகளிலிருந்து தப்பிக்கலாம் எனும் நோக்கில் அடித்தள மக்கள் பலர் கிறித்துவ மதத்துக்கு மாறினர். ஆயினும் சாதி அங்கேயும் தலை விரித்தது. கீழ்வரும் செய்தி அதனை உறுதிப்படுத்துகிறது.

'தமிழகத்தில் நிலவிய சாதி வேறுபாடுகளை முற்றிலும் மீற சேசு சபையினரால் முடியவில்லை. உயர்

---

13. காண்க. தாய்மண், (மே, ஜூன், ஜூலை, ஆகஸ்ட், செப், 2003) தலித் முரசு இதழ்களில் முறையே ரவிக்குமார், (மீளும் வரலாறு) வள்ளிநாயகம் போன்றோர் தலித் வரலாறு மீட்டுருவாக்கம் செய்து எழுதி வருகின்றனர். 2003. பாமா, விழி, பா.இதயவேந்தன், என்.டி. ராஜ்குமார், சிவசாமி, சந்ருராஜ் கௌதமன், அழகிய பெரியவன், கே.ஏ. குணசேகரன் எனப் பலரும் தலித் படைப்புகள் நாவல், சிறுகதை, சுயசரிதை, நாடகங்கள், கவிதைகள் எனப் படைத்து வருகின்றனர்.

14. பலி ஆடுகள், கே.ஏ. குணசேகரன்.

15. தலித் அரங்கியல், கே.ஏ. குணசேகரன், கீழைக்காற்று பதிப்பகம், சென்னை, 1995.

16. பிரித்தானிய வரலாற்றறிஞர் கார்லைல், சிவசுப்பிரமணியன். ஆ. கிறித்துவமும் சாதியும், ப. 31. காலச்சுவடு பதிப்பகம், நாகர்கோவில், டிசம்பர் 2002.

சாதியினர், தொடும் சாதியினர் என்ற எல்லைக்குள்தான் இவர்கள் செயல்பட முடிந்தது. சாதி வட்டத்திற்கு வெளியே நின்ற தீண்டத்தகாதவர்களைப் பிற சாதியினருக்குச் சமமாக தேவாலயத்தில் அனுமதிக்க அவர்கள் முன்வரவில்லை. 16ஆம் நூற்றாண்டில் முத்துக்குளித்துறைப் பகுதியில் பரதவர்களுக்கென்றும், கரையர்களுக்கென்றும் தனித்தனி தேவாலயங்கள் அமைக்கப்பட்டன'[17] தேவாலயங்கள் மட்டுமல்ல. இடுகாடுகளே (கல்லறைகள்) தனித்து சாதிவாரியாக இன்றும் நடைமுறையில் நிலவி வருவதை அவதானிக்க முடிகிறது.

மூளிப்பறச்சி கதை[18], மூக்காயி கதை[18அ] போன்ற கதைகள் தலித் மக்களைப் பற்றியவை ஆகும். இவற்றில் தாழ்த்தப்பட்ட சாதி மக்களின் வாழ்க்கை முறையை நையாண்டி செய்வதும், இழிவுபடுத்திக் காட்டுவதும் நாட்டுப்புறக் கலைவடிவங்களில் முதன்மையாக உள்ளன.

நந்தனார் நாடகத்தில்[19] நந்தன் பறையன் எனக் காட்டுவதும் பறையர்களது வழிபாடு மற்றும் சடங்கு

---

17. கிறித்துவமும் சாதியும், ஆ. சிவசுப்ரமணியன், பக். 81.
18. மூளிப்பறச்சி கதை - பறையன்+பறைச்சி குடும்பச் சண்டை, குடி காரணமாகப் பஞ்சாயம் செய்ய வரும் மேல்சாதிக்காரர் பறைச்சியைத் தான் வைப்பாட்டியாக வைத்துக்கொள்ளத் திட்டமிடல் குறித்த கதை, சங்கரதாஸ் சுவாமிகள் நாடகங்களில் பபூன் நடத்தும் நிகழ்ச்சி.
18அ. மூக்காயி கணவனுக்கு இரண்டாந்தாரம் வாய்த்தவள் சண்டைக்காட்சி காண்க. நாட்டுப்புற நிகழ்கலைகள், கே.ஏ.குணசேகரன். NCBH, சென்னை.
19. திருநாளைப்போவார் எனும் நந்தனார் சரித்திரக் கீர்த்தனை, கோபால கிருஷ்ண பாரதியார், இரத்தினநாயகர் அண்ட் சன்ஸ், சென்னை-1, 1976.

முறைகள் கேளிக்கைக்கு உள்ளாவதும் காணக் கிடக்கின்றன.

புலையர் பிடிப்பது நண்டு புசிப்பது இறைச்சி[20]
குடிப்பது கள்ளு குலச்சம்ப்ரதாயமே

பல்லவி

சிதம்பர தரிசனமா - நீயதைச் - சிந்திக்கலாமா - பறையா

சரணங்கள்

சிதம்பர தெரிசனஞ் - சதுர் மறையோர்கள்
செய்வது ஞாயம் - நீசொல்வது மாயம்
சொல்லாதே - இங்கே - நில்லாதே
சேரிக்குப் போடா - நாளைக்கு வாடா[21]

தவத்திரு சங்கரதாஸ் சுவாமிகள் வழிவந்த நாடகக் கலைஞர்கள் இன்றளவும்

'ஆதியிலும் பறையனல்ல
சாதியிலும் பறையனல்ல
பாதியிலே பறையனானேனே',

எனப் பாடி வருகின்றனர். பறையனல்ல என்பதற்குப் பதிலாக 'அடிமையல்ல' என மாற்றி இன்று ஒரு சில இடங்களில் பாடி நடித்து வருகின்றனர்.[21அ]

---

20. நந்தனார் சரித்திரக் கீர்த்தனை, பக். 27.

21. நந்தனார் சரித்திரக் கீர்த்தனை, பக். 62.

21அ. ஆர்.வி. உடையப்பா தேவர் பறையனல்ல என்பதை அடிமை யல்ல எனப் பாடினார். தலித்துகள் மாவட்ட ஆட்சியரிடம் புகார் செய்ததன் தாக்கத்தால் இம்மாற்றம் நிகழ்ந்தது. (நூலாசிரியர் தேவரிடம் நேரில் பெற்ற தகவல், 1980, மதுரை தியாகராசர் கலைக் கல்லூரி.)

கீர்த்தனை நாடகங்கள், நொண்டி நாடகங்கள், பள்ளு, குறவஞ்சி போன்றவற்றில் தாழ்த்தப்பட்ட மக்களை இழிவுபடுத்தியும் பேசியும், கேளிக்கை மனிதர்களாகக் காட்டியும் அமைந்துள்ளன. சாண்டே, முண்டே, முலைக்கொரு குலுக்கும், விழிக்கொரு பசப்பும், புலையா, பள்ளி என தலித் மக்களை இழிவுபடுத்திய தன்மைகள் தான் மேலோங்கி காணப்படுகின்றன. [22]

ஒரு சக்கிலியன் மகனுக்கு என்ன தைரியம், என்ன துணிவு, என்ன திமிரு, எவ்வளவு அக்கிரமம், என்ன அகம்பாவம், என்ன ஆணவம், என்ன துடுக்கு, எவ்வளவு கொழுப்பு, முத்துவீர அரசகுமாரி நான் தங்கும் குடிசையிலே அற்ப மாதிகன் மகனாகிய உனக்கும் இடமா, ஏதேது என்ன துணிச்சலடா உனக்கு, என்ன சாதி என்பதை மறந்துவிட்டாயா?

(பாட்டு - தர்க்கம்)

என்ன தைரியமடா - இது

ஏற்காது மேற்சாதி - பார்க்காது பேசுகிறாய் உனக்கு (என்ன)[23]

வரலாறு நெடுகிலும் தாழ்த்தப்பட்ட மக்களை தமிழ் கூத்துக்களிலும், நாடகங்களிலும் காட்டியுள்ள விதங்கள் மோசமானதாகவே அமைந்துள்ளன. தமிழ் அரங்கியல் வரலாறு எழுத நேருமேல் தாழ்த்தப்பட்ட தொல்

22. தலித் அரங்கியல், குணசேகரன். கே.ஏ., ப. 38.

23. ஒரிஜினல் மதுரை வீரன் நாடகம் (தாய் ஏடு) காண்க ப. 40, நாட்டுப்புற கதைகளும் நாடக ஆக்கமும், கே.ஏ. குணசேகரன், உலகத் தமிழாராய்ச்சி நிறுவனம், சென்னை. 113. 2002.

குடிமக்கள் கலைத்துறையில் அளித்துள்ள பங்களிப்பு தெரிய வரும்.

உண்மைத் தமிழ் நாடக வரலாறு எழுதப்பட வேண்டுமேல் ஒடுக்கப்பட்ட மக்கள்தான், எழுதியாக வேண்டும். பொதுவான வரலாற்றாசிரியர்களால் உண்மைத் தமிழ் நாடக வரலாறு முழுமையாக எழுத இயலாது. தலித் வரலாறு முழுமையாக எழுதப்படும் போது மட்டுமே நாடக வரலாறும் சேர்த்தே எழுதப்படும்.

வேதங்கள் கற்பித்துள்ள இந்தியச் சமூகத்தில் சாதியின் ஆளுமை மிக முக்கியமானது ஆகும். வேதங்கள் வருணாசிரமத்தைத் தூக்கிப் பிடித்துள்ளன. பரதமுனி நாட்டிய சாஸ்திரம் எழுதியுள்ளார். இது நான்கு வேத வரிசையில் 5வது வேதம் எனப் போற்றப்பட்டது. சமஸ்கிருத நாடக அரங்கு இந்தியாவில் மேலாதிக்கச் சாதியினருக்கு என ஆகியுள்ளது. இந்தச் சூழலில் மரபு வழிப்பட்ட கலைவடிவங்களில் ஒடுக்கப்பட்டோரைச் சித்திரித்துள்ள விதம் நாம் அறிந்ததே.

தலித் மக்களின் உணர்வுகளை வெளிப்படுத்த தனித்த கலை வடிவங்கள் உண்டு. உயர்சாதி (கிராமம்) மக்கள் கொண்டுள்ள கலை வடிவங்கள் வேறு. அவற்றில் சேரி மக்கள் பங்கெடுக்க உரிமையில்லை. அவர்களின் கலைவடிவங்களில் துணை செய்யச் சேரி மக்களது உழைப்பு சுரண்டப்படுவது கண்கூடு.

தேவராட்டம் எனும் நாயக்கர் சாதி மக்கள் ஆடும் ஆட்டத்தில் அருந்ததி சாதியினர் உறுமி இசைக் கருவியை இசைப்பது இங்குக் காட்டாகக் கொள்ளமுடியும்.

1967-68களில் நடந்த அமெரிக்கா மற்றும் மேற்கு ஐரோப்பாவில் ஏற்பட்ட அரசியல் கிளர்ச்சிகள் சனரஞ்சக

அரங்கிற்கான உத்வேகத்தை மாணவர்களிடையே கொடுத்தன.[24]

ஒடுக்கப்பட்ட மக்களுக்கு ஏற்படும் கொடுமைகள் தொடர்ந்து நடந்து வந்தாலும் ஊடக வளர்ச்சியால் இன்று அவை பரவலாகத் தெரிய வருகின்றன. 'பாட்டாளி' வர்க்கமானது அரசியல் பொருளாதார அதிகாரத்தினை வென்றெடுக்கும் பிரச்சினையோடு அறிவு நிலைப்பட்ட அதிகாரத்தினையும் வென்றெடுக்கும் பிரச்சினையையும் எதிர்கொள்ள வேண்டும். அது தன்னைத் தானே அரசியல் ரீதியாகவும் பொருளாதார ரீதியாகவும் ஒழுங்குபடுத்திக் கொள்வது போலவே பண்பாட்டு ரீதியாகவும் தன்னை ஒழுங்குபடுத்திக்கொள்வது அவசியம்.[25]

ஒடுக்கப்பட்ட மக்கள் இன்று அரசியல் ரீதியாகக் கிளர்ந்தெழுந்துள்ளனர். பண்பாட்டுத் தளத்தில் மிகுந்த கவனம் செலுத்தி வருகின்றனர். கலை இலக்கியங்களில் தலித்துகளின் பங்கு கணிசமாக வருவதும், தனித்துவங் களாக உருப்பெறுவதும் அதிகரித்து வரக் காணமுடிகிறது. ஒடுக்கப்படுதல் என்பதும் புது வடிவங்களில் செயல்பட்டு வருகின்றது. இந்தப் பின்னணியில் ஒடுக்கப்பட்ட மக்களுக்கு எனத் தனித்த அரங்கு என்பது இன்று உலகெங்கும் உருவாகும் நெருக்கடிகளை எதிர்த்துப் போராட அமையும் ஒரு வடிவமாக அமைகின்றது. சாதியின் பெயரால் இந்தியாவில் கொடுமைகள் அதிகரித்து வருகின்றன. இந்தச் சூழலில் இந்தியாவில்

---

24. சமூக மாற்றத்திற்கான அரங்கு, க. சிதம்பரநாதன், சவுத் ஏசியன் புக்ஸ், சென்னை-2, பிப்ரவரி 1994, பக். 76.

25. Gramsci Antonio (1885 edituro) selections from cultural writings, Lawrence and Wishart, London. P.

தலித் அரங்கு என்பதும் தலித் பெண்ணிய அரங்கு என்பதும் உருப்பெறுவதற்குச் சமூகச் சூழலே காரணமாக அமைகின்றது.

கூட்டு முயற்சிக்குக் களம் அமைத்துத் தருவது அரங்கம். உலக மயம் எங்கும் (Globalisation) வளர்ந்து வரும் சூழலில் மக்களோடு நேரடியாகத் தொடர்பு கொள்ளக் கூடியதாக அரங்கம் இன்றும் உள்ளது. தலித்துகளுக்குக் கலை ஒரு மொழியாகவே அமைகிறது. இம்மொழி வழியே எதிர்ப்புணர்வுகளை இலகுவாக வெளிப்படுத்த வாய்ப்புகள் அதிகம். நேரிடையாகவும், மறைமுகமாகவும், குறியீடுகளாகவும் தலித்துகள் அரங்கில் எதிர்ப் புணர்வுகளை வெளிப்படுத்த வாய்ப்புகள் வேறெதிலும் இல்லா அளவுக்கு அமைகின்றன.

தலித் அரங்கியலில் இதுவரை நடந்துள்ள முயற்சிகள் குறித்துச் சுருக்கமாக அறியலாம். 'தலித் அரங்கியல்' என்னும் நூல் கே.ஏ. குணசேகரனால் எழுதப்பட்டு வெளிவந்துள்ளது. தலித் அரங்கியலின் தேவை குறித்து இறையியற் கல்லூரி தலித் ஆதார மையம் நடத்திய கருத்தரங்கில் வாசிக்கப்பட்டு விவாதிக்கப்பட்டுள்ளது. அக்கட்டுரை பதிப்பு நிலையும் பெற்றுள்ளது. தலித் கலை இலக்கியப் பேரவை நடத்திய தலித் பயிற்சி பட்டறை 18 நாட்கள் ஆரணியில் 30க்கும் மேற்பட்டவர் (ஆண்-பெண்-அலி2) கலந்து 'மழி' எனும் நாடகம் மற்றும் இரு குறு நாடகங்கள் அரங்கேற்றம் செய்யப்பட்டுள்ளன. தமிழில் வெளியான முதல் தலித் நாடகம் என அறியப்பட்ட 'பலி ஆடுகள்' நாடகம் தமிழகத்தில் தன்னானே கலைக் குழுவாலும், செம்மணி கலைக்குழுவாலும், தாம்பரம் கிறித்துவக் கல்லூரி மாணவர் கலைக் குழுவாலும் பிறராலும் ஆங்காங்கு நடத்தப்பட்டுள்ளன. 150க்கும்

மேற்பட்ட இடங்களில் மேடையேற்றம் செய்யப்பட்டன. தலித் அரங்கியல் குறித்த கருத்தரங்கு நவம்பர் 2005ல் நடத்த திட்டமிடப்பட்டு பணிகள் நடைபெற்று வருகின்றன. தமிழக அரசின் ஆதிதிராவிடர் நலத்துறை சார்பில் நிதி வழங்கப்பட்டுத் தமிழ்ப் பல்கலைக் கழகத்தில் உருப்பெற்ற 'சாம்பான்' எனும் நாடக நூலும் வெளிவந்துள்ளது.

தேசிய நாடகப்பள்ளி அழைப்பில் புதுடில்லியில் முதல் தலித் நாடகம் 'பலி ஆடுகள்' மார்ச் 2003 தேசிய நாடக விழாவில் அரங்கேற்றப்பட்டது. கே.ஏ. குணசேகரன், அமைதி அரசு, பழனி ஆகியோர் மற்றும் தலித் இயக்கங்கள், கிறித்துவத் தன்னார்வத்தொண்டு நிறுவனங்கள் தலித் அரங்கியலில் முன் நிற்பவர்களாகவும், நிற்பவையாகவும் காண்கிறோம்.

என்ன.... இவ்வளவு நேரம், தப்புச்சத்தம் கேட்டுச்சி... இப்ப சத்தத்தையே காணோமே (விழுந்து கிடக்கும் சாம்பானைப் பார்த்து) என்ன ஆச்சி இந்த ஆளுக்கு... இப்படிப் படுத்துக்கெடக்குறாரு... (கை விரல் வெட்டப்பட்டதைப் பார்த்து ஓவென்று தலையில் அடித்துக்கொண்டு அலறி அழுகிறான். சாதிக்காரர்கள் அனைவரும் ஓடிவந்து அலறுகின்றனர். ஒருவன் தண்ணீர் கொண்டு வந்து சாம்பான் முகத்தில் தெளிக்கிறான். கண் விழித்த சாம்பானிடம்...) (சாம்பான் நாடகம்)

சாம்பான் மகன் : அப்பா! என்னப்பா ஆச்சி! என்ன ஆச்சி...?

சாம்பான் : தப்படிக்க முடியாதுன்னு சொன்ன துக்காக வெரல வெட்டிப் புட்டானுங்கடா (கோபம் கொண்ட

மகனும், தலித் சாதி ஆண்களும் கோபத்தோடு)

சாம்பான் மகன் : அவனுகள சும்மாவுடக் கூடாது கெளம்புங்கடா[26]

பலி ஆடுகள் நாடகத்தில் பின்வருமாறு செய்திகள் முன்வைக்கப்படுகின்றன.

உடுமன் மனைவி : (ஓங்கிய குரலில்).... மாட்டேன் நான் சாக மாட்டேன். அம்மன் கோயிலுக் குள்ளே நாங்க நுழைய முடியுமா?

பூணூல் குழு : முடியவே முடியாது... மீறி நொழைஞ்சா பறையன் பலி ஆடுதான்.

உடுமன் மனைவி : காலங்காலமா ஒங்களுக்கு அடிமைப் பட்டுள்ள எங்க சாதியில மட்டுந் தான் ஒங்க சாமி பலி கேக்குதா?[27]

கட்டுண்டோர் குழு: அம்மன் ஆசைக்கு நாங்கதான் கெடச்சமா? இல்ல நான்தான் கெடச்சனா?

உடுமன் மனைவி : அம்மனுக்கு ஒங்க உயிருன்னா கசக்குமா? ஒங்க பொண்டாட்டி மார்களோட உசிருன்னா கசக்குமா?

கட்டுண்டோர் குழு: அம்மனுக்கு ஒங்க உயிர்ன்னா கசக்குமா? ஒங்க பொண்டாட்டி மார்களோட உசிருன்னா கசக்குமா?

---

26. சாம்பான்.... ஒத்திகை நாடகக்குழு, தஞ்சாவூர், பக். 38.

27. பலி ஆடுகள் - ப.33.

உடுமன் மனைவி : சாமி பலி கேக்குதா - இல்லே இந்த ஆசாமிகள் பலி கேக்குதுகளா?[28]

## தொடு எனும் நாடகம். இதில் இடம்பெறும் ஒருசில வசனப் பகுதிகள்

தலை வேறு, திசை வேறு என ஒரு பகுதி மக்கள் வேறாகப் பிரிந்து கிடக்கிறார்கள். (அதே வசனத்தை மீண்டும் உச்சரித்துக் கொண்டே)...........

தினவெடுத்த தோள்களுக்குச் சொந்தக்காரர்கள் வேறு ஒரு திசையில் பிரிந்துகிடக்கிறார்கள்.............................. தொடைதட்டிச் சபதம் மேற்கொள்ளும் வீரத்திருமக்கள் வீரத்தைத் தொலைத்துவிட்டு வேறு திசையை எதிர்நோக்கி வீரியமிழந்து நிற்கிறார்கள், என்று சொல்லிக்கொண்டே வடக்குத் திசை மூலையில் நிற்கும் நபரைத் தொட்டு. . . . நியாயம் கேட்பதுபோல் கெஞ்சி நிற்கிறாள். (நான்கு திசைகளையும் சாதி சொல்லி 4 வருணங்கள் எனக் குறியீடாக நாடக ஆசிரியர் குறித்துள்ளார்.)

## தலித் அரங்கியலின் தன்மைகள்

☆ தலித் அரங்கியல் தலித்துகளாலேயே நிகழ்த்தப் படுவது நன்று. தலித்துகளுக்கான செய்திகளும் தலித்துகளை ஒடுக்கும் ஆதிக்கச் சாதியினருக்குமான செய்திகள் அமைவதால் தலித் அரங்கியலின் பார்வையாளர்கள் தலித் மற்றும் தலித் அல்லாத பிற சாதிகளும் என அமையலாம்.

28. பலி ஆடுகள் - ப. 35.

- ஆயிரத்துக்கும் மேற்பட்ட பார்வையாளர்கள் எண்ணிறைந்து இருந்தமையால் பலருக்கும் நாடகம் சென்றடைவதில் சிக்கல் ஏற்பட்ட அனுபவம் உள்ளதால் மக்கள் தலித் அரங்கியலில் மக்களுடன் உறவு கொள்வதற்குச் சிறியதாக அமைவது (small theatre) நல்லது. கலைஞர்களுக்கும் பார்வையாளர்களுக்குமிடையேயான உறவு வலுப்பெற சிறிய அரங்கே சிறப்பானது.

- எழுத்துப் பிரதிக்குள் அடங்காமல் சுதந்திரமான நிகழ்த்துப் பிரதியில் அரங்கு அமைவது இறுக்கத் தன்மையிலிருந்து விடுபட்டதான நிகழ்வுவெளி அமைய வழிவகுக்கும்.

- தலித் அரங்கில் ஈடுபடும் கலைஞர்கள் நல்ல உறவு, தெளிவான இலக்கு, அர்ப்பணிப்பு, செயல், துணிவு மற்றும் அரசியல் தெளிவு, மானுட நேயம் போன்ற திறன்கள் பெற்றிருக்க வேண்டும்.

- தலித்துகள் அதிகாரத்துள் வாழ்பவர்களாகவும் கண்காணிப்புக்குள் வாழ்பவர்களாகவும் வன்முறைக் கலாசாரத்தில் நேரிடையாகவும் மறைமுகமாகவும் அனுபவ வாழ்க்கை கொண்டவர்களாகவும் விளங்குவதால் உடல் மொழியைச் சுதந்திரமாக இயக்கிட கலைஞர்கள் உள ரீதியான வீரியம், உள்ளம், உடல், மொழி அமைத்திடவும், இயைந்து வெளிப்படவும் திறன் பெற வேண்டும்.

- தலித் அரங்கில் பார்வையாளர்களின் விமர்சனம், கலந்துரையாடல் பெறுவதிலும் ஆக்கப்பூர்வமான கருத்துக்களை உள்வாங்கிச் செயல்படுத்துவதிலும் இடைவெளிப்பாடுகள் இருப்பதையும் தவிர்க்க

வேண்டும். இதுவே நல்ல செயல்பாட்டுக்கு வழி வகுக்கும்.

☆ தலித் அரங்கில் காலத்தையும் கருத்தையும் கவனத்தில் கொண்டு பிரச்சினைகளை அணுகுவதிலும், வெளிப்படுத்துவதிலும் திறன் அமைய வேண்டும். இதன் வழியே கலைஞர்களும் பார்வையாளர்களும் சமூக விஞ்ஞானிகள் எனும் தரம் பெற வழி கிட்ட வேண்டும். பார்வையாளர்கள் செயல்திறன் கொண்டவர்கள் எனும் எண்ணத்தைக் கலைஞர்கள் மறக்கக்கூடாது. கலைஞர்களும் சமூகத்தில் ஒரு அங்கம், பார்வையாளர்களில் ஒரு பகுதியினர் என உணரத் தவறக்கூடாது.

☆ தலித் அரங்கு பிரச்சினைகளை முன்வைக்கும். நேரிடையாகவும் மறைமுகமாகவும் குறியீடுகளாகவும் எதிர்ப்புத் தன்மைகளைக் கொண்டு தலித் அரங்கின் தன்மையாக அமையும். இவை வெளிப்படும் விதங்களிலேயே அழகியல் தன்மை தனித்துவம் பெற வழியேற்படும்.

☆ தொன்மையான தலித் மக்களது கலைவடிவங்களில் இயல்பாக வெளிப்படும் மொழி உச்சரிப்பு உடை, ஒப்பனை, உடல்மொழி (நடிப்பு) இசை மற்றும் பாடல்களில் வெளிப்படும் விதங்கள் வழியே எள்ளல் தன்மைகள் வெளிப்படுவது இயல்பாக அமையும்.

☆ தொன்மையான தலித் கலைகளிலிருந்து எள்ளல் (நையாண்டித் தன்மைகள்) மற்றும் பல்வேறு உத்தி முறைகளை அறிந்துகொண்டு தேவைக்கேற்பப் பயன்படுத்திக் கொள்ளும் அரங்காகத் தலித் அரங்கு அமைவதில் கவனங்கொள்ள வேண்டும்.

✫ தலித் அரங்கியலார் தலித் கோட்பாடு, தலித் அரசியல் போக்குகள், தலித் பெண்ணிய பிரச்சினைகள், தலித் பண்பாட்டுத் தன்மை, நடையியல் அல்லது பாணி தலித் அழகியல், தலித் வரலாறு; தலித் கலை வரலாறு, தீண்டாமையின் புதுவகைத் (Neo Untouchable) தன்மைகள் போன்றவைகளில் தெளிவு பெற்றிருத்தல் அவசியம்.

தலித் பெண்கள் பிரச்சினைகள் தனித்துக் கவனிக்கப் படுபவை. தலித் பெண்கள் வேறு, பிற சாதிப் பெண்கள் வேறு என்பது அவர்கள் சந்திக்கும் சாதியப் பிரச்சினை களிலிருந்து அரங்கியலும் தனித்து உருப்பெற வேண்டிய நியாயம் உள்ளது.

> "Women's theatre groups are seeking new forms - forms that have not been derived from the male - oriented and male - dominated theatre that now exist"

புதிய வடிவங்கள், மறுவாசிப்புச் செய்து பெண்ணிய நோக்கில் ஆண்கள் ஆதிக்கம் நிகழ்வதைக் கண்டறிதல், பெண் உடலே பிரதிகளாக உருப்பெறுதல், கலாப்பூர்வத் தன்மை, அரசியல் தன்மை எனப் புதுப்புதுச் சிந்தனை களின் வழியே பெண்ணிய அரங்கியல் செல்கிறது.[29] பெண்ணிய அரங்குகள் தங்களுக்கான பார்வையாளர் களை நோக்கி உறவு கொள்வதில் கவனங் கொள்கிறது. பெண்களுக்கான 'வெளி' (space) எங்கே உள்ளது எனும் கேள்வியை முன்வைத்துப் பெண்ணிய அரங்கு ஆங்காரத் துடன் போராட வழிவகுக்கிறது.[30]

---

29. The Oxford Illustrated History of theatre John Russed Brown (Ed.) Oxford, 1997, P.528.
30. Feminist theatre practice, Elaine Aston 1999. Routledge, London & New York, P.31.

மேற்கத்திய நாடுகளில் பெண்ணிய அரங்கியல் வேறு, கருப்பினப் பெண்கள் எதிர்கொள்ளும் பிரச்சினைகளை முன்வைக்கும் கருப்பின பெண்கள் அரங்கியல் வேறு எனப் பிரிந்து வளர்கின்றன. இந்தியாவில் சாதியின் பெயரால் பெண்ணிய அரங்கியல் இரு வகைப்படுகின்றன.

'கல்வியியல் சிந்தனையாளரான பாலே ஃபிரெயரின் ஒடுக்கப்பட்டோர் கல்வி முறையின் அடிப்படையில் ஒடுக்கப்பட்டோர் அரங்கத்தை முன்னெடுத்த அகஸ்தோ போவால் பார்வையாளர்களது பங்கேற்பு மூலம் அரங்க அரசியலைக் கூர்மைப்படுத்தும் முயற்சிகளை மேற் கொண்டுள்ளார்'.[31]

*தலித் அரங்கு*

*தலித் பெண்ணிய அரங்கு*

*பெண்ணிய அரங்கு*

எனும் அரங்க அரசியல் வகைப்படுகின்றன. மதம் என்பது தலித் பெண்ணுக்கு எப்போதும் பெரிய தடையாக இருந்ததில்லை. தலித் பெண்கள் மதம், மடாலயங்கள், மத நிறுவனங்களிலிருந்து அப்பாற்பட்டவர்களாக உள்ளனர். தலித் அரங்கும் இத்தன்மை வாய்ந்ததேயாகும்.

ஆனால் பெண்ணிய அரங்கு என்பது மதம் என்பதிலிருந்து விடுபட முடியாததாகிறது.

மதத்தை முழுமையாக ஒதுக்கித்தள்ளிப் பெண் விடுதலை பற்றிப் பேசுவது

---

31. மகாபாரதத்தில் பெண்ணியம் (இரு நாடகங்கள்) நந்தகிஷோர் ஆச்சார்யா தமிழில் சரஸ்வதி ராம்நாத், ஜூலை 1996, அலைகள் வெளியீட்டகம், சென்னை.

இன்றைய சூழலில் நடைமுறை சாத்திய மற்ற ஒன்று............................
...................மதத்தைப் பெண்ணோடு தொடர்புபடுத்தி அறிந்துகொள்ள வேண்டியது இன்றைக்கு அவசியம் ஆகிறது.[32]

பெண்ணிய அரங்கில் பெண்களுக்கு உரிய பிரச்சினை களை எதிர்கொள்ளும்போது மதம் குறுக்கிடுவதில் மேற் குறித்தவற்றை கவனங்கொள்ள வேண்டும் என்கின்றனர். இந்தியாவில் மதம் விளைவிக்கும் சாதி குறித்தும் சாதியின் பெயரால் நிகழும் பிரச்சினைகள் குறித்தும் அதிக அக்கறை கொள்ளவில்லை எனவும் புரிய இடமுள்ளது. ஔவை[33] நாடகத்தில் இடம்பெறும் வசனப்பகுதி

*சிறுமி - உண்டி சுருக்குதல் பெண்டிருக்கழகு*

*ஏனையோர் - உண்டி சுருங்குதல் பெண்டிருக்கழகு*

*(அப்போது ஒரு சிறுமி வட்டத்தை விட்டு வெளியே வருகிறாள்.)*

*சிறுமி - உண்டி மிகுதல் ஆண்களுக்கு அழகோ?*

*சட்டாம்பிள்ளை - பாடம் படிக்கும்போது கேள்வி எல்லாம் கேட்கக் கூடாது.*

*சிறுமி - பெண்களுக்கு ஏன் உண்டி சுருங்கணும்?*

*சிறுவன் - அதிகமா சாப்பிட்டா நீ குதிரு மாதிரி ஆயிடுவே*

---

32. பெண் அரங்கம் - தமிழ்ச்சூழல், மங்கை.அ., ஸ்நேகா பதிப்பகம், இராயப்பேட்டை, சென்னை-14. ப.161

மேலது ப.37

33 & 34 'ஔவை' இன்குலாப், அகரம் பதிப்பகம், கும்பகோணம், அக்டோபர் 1998. ப. 11

*சிறுமி - சாப்பிடாம நெத்திலிக் கருவாடு மாதிரி காயவா சொல்லறே?*

*சட்டாம்பிள்ளை - நான் சட்டாம்பிள்ளை சொல்றேன். பொம்பளைப் புள்ளைகள் கேள்வியே கேட்கக் கூடாது."*

பெண்ணிய அரங்கில் ஆண்களால் கட்டமைக்கப் பட்ட விதிகளை மீறும் போராட்டம் பெண்களைக் கோயிலில் மாதவிடாய் நேரங்களில் நுழைவதைத் தடைபடுத்துகின்றன. பிராமணப் பெண்கள் கூட மாதவிடாய் காலத்தில் சூத்திரர்களாகவே மனுஸ்மிருதி வழி கருதப்படுகின்றனர். மதத்தின் பெயரால் பெண் களுக்கு இழைக்கப்படும் பிரச்சினைகள் அதிகமாகவே உள்ளன. இந்து மதத்தின் பிரச்சாரங்களாக அமையும் புராண இதிகாசங்களில் பெண்கள் சித்திரிக்கப்படுவதும், கொடுமைகளுக்கு ஆளாக்கப்படுவதும் அதிகம்.

தலித் பெண்களிடம் மதம் ஒரு பிரச்சினையாக இல்லை. பெண்ணிய அரங்கில் மேற்சுட்டப்பெறும் உண்டி சுருங்குதல் குறித்த அழகியல் உணர்வு தலித் பெண்ணிய அரங்கில் ஒரு பிரச்சினையாக இல்லை. உழைக்கும் வர்க்கம் உடல் ஊதுதல் குறித்துக் கேலி செய்வதாகவே எப்போதும் உள்ளது. அதிகாரம் செலுத்தும் வர்க்கம், உழைப்பிலிருந்து அந்நியப்பட்ட வர்க்கம் எதிர்கொள்ளும் பிரச்சினையிலிருந்து சாதியாலும், ஆண்களாலும், ஒடுக்கப்பட்டுள்ள தலித் பெண்ணிய அரங்கில் உண்டி சுருங்குதல் வறுமையால் எனக் காணும்போது அணுகும் பிரச்சினை வேறாகிறது.

தலித் பெண்கள் அரங்கத் துறையில் ஈடுபடத் தொடங்கிய வரலாறு அரை நூற்றாண்டுக் கால வரலாறுதான். "பாலாம்பாளின் பெண்கள் குழு, பிற

சபாக்களில் பங்கேற்றுத் தனி முத்திரை பதித்த பெண்கள் ஆண் வேடம் தரித்த கே.பி. சுந்தராம்பாள், விடுதலை இயக்கச் சார்புடைய கலைக்குழுக்களில் செயல்பட்ட பெண்கள் எனப் பெண்களது அரங்கப் பங்கேற்பு இருந்துள்ளது"[34] இன்று பெண்ணிய அரங்கியலார் பட்டியல் சற்று நீள்கிறது.

ஆப்டிஸ்ட் மு. ஜீவா - சேரியின் தாலாட்டு, (1997 ஆகஸ்ட் 11-13)

ஹெலானாவின் தியாகம்

*சே. இராமானுஜம் (1997)- புறஞ்சேரி, வெறியாட்டம் (1988)

*பன்சிகௌல் (1978) - பிணம் தின்னும் சாத்திரங்கள் (பாரதியின் பாஞ்சாலி சபதம்)

(தேசிய நாடகப்பள்ளி + காந்தி கிராமம் 1978 - 70 நாட்கள் பயிற்சிப் பட்டறையில் உருப்பெற்றது)

பிரபஞ்சனின் அகலிகை

இந்திரா பார்த்தசாரதியின்- மழை, போர்வை போர்த்திய உடல்கள்

கால எந்திரங்கள் (பெண்கள் உளவியல் குறித்தவை)

* மேற்குறிப்பிட்ட ஆண்களின் நாடகப் பிரதிகள் பெண்ணியம் பற்றிப் பேசுபவை ஆகும்.

மௌனக்குரல் (இயக்கம்) - மௌனக்குறம் (சே. இராமானுஜம் 1996 இயக்கம்)

ஔவை (இன்குலாப் 1998)

சுவடுகள், பச்சமண்ணு,

| | |
|---|---|
| பிரசன்னா ராமசாமி, | |
| பகீரதி, நாராயணன் | |
| சரஸ்வதி, பெண்[35] | - நாடகங்கள் பெண்ணியம் பேசுபவை |
| | அறிவொளி இயக்கம் |
| | கலைப்பயணம் (அக்டோபர் 10-25, 1989) |
| கலைராணி | - வருகலாமா அய்யா, மழை |
| கீதா | - பூங்கோதை எனும் பெண்ணிய நாடகத்தில் பங்கேற்றவர் |
| பத்மினி | - ஆடுகளம் நாடகக் குழு |
| முபீன் | - அரூபம் நாடகக் குழு |
| Dr. உஷா | - நாடக இயக்குநர் |
| பிரேமா | - சென்னை கலைக் குழு |
| ஏ.எஸ். பார்வதி | - பூமிகா நாடகக் குழு |
| கல்பனா | - நாங்கள் நியாயவாதிகள் |
| | ஏகலைவன் (நாடகங்களின் நடிகை) |
| கி. பத்மா | - விஜய் டெண்டுல்கரின் 'கமலா' நாடகத்தில் நடித்தவர் |
| சுதா, ப்ரீதம் | |

பெருந்தேவி போன்ற பெண் நாடகக் கலைஞர்கள் கவனத்தில் கொள்ளப் பெறுகின்றனர்*

---

35. கற்போம் கற்பிப்போம், புதுவை அறிவொளி இயக்கம், 52, சர்தார் வல்லபாய் படேல் சாலை, புதுவை-1.

* தமிழ் நாடகம் சில ஆளுமைகள், சி.அண்ணாமலை. தி. பார்க்கர் பதிப்பகம், பக். 11-28, நவ. 2001

கி. அம்சா, ரா. ஆண்டாள், ச.உசாராணி, து. கன்னியம்மாள், எஸ். தமிழரசி, மு. மகேஸ்வரி, எ. மாலினி, மு. முனியம்மாள், பு. ரூபாவதி (தெருக்கூத்து - நாவல்கள்) கலைஞர்கள் நவீன நாடக முயற்சிகளுக்குத் துணை செய்து வருகின்றனர்.

மீனா சுவாமிநாதன், உசா, ம. மங்கை, பெருந்தேவி, தேவிகா, பிரசன்னா ராமசாமி, ப்ரீதம், கலைராணி, பகீரதி நாராயணன் எனப் பட்டியல் நீள்வது மகிழ்ச்சி அளிக்கிறது. தமிழகப் பெண்ணிய அரங்கில் நாடகங்கள் நிறைய உருப்பெற்றுள்ளன. இதில் ஆண்களின் பங்களிப்பும் உள்ளது. நாடகப் பிரதிகள் செய்தவர்களின் பட்டியலில் ஆண்களின் பங்களிப்பு கூடுதலாக உள்ளது. இன்குலாப், ராஜகோபால், கே.ஏ. குணசேகரன், அமைதிஅரசு, பழனி, இராமானுஜம், பிரபஞ்சன், இந்திரா பார்த்தசாரதி, கூத்துப்பட்டறை (முத்துசாமி) என அமைவது கவனிக்கத்தக்கது.

மரபுவழி நாடகக் கலைஞர்கள் குறித்துத் தமிழக மேடை நாடகப் பெண் கலைஞர்கள் எனும் குறிப்பேடு உலகத் தமிழாராய்ச்சி நிறுவன (சென்னை 1997)த்தால் வெளியிடப்பட்டுள்ளது. இது அ. மங்கை, அமைதி அரசின் களப் பணித்துணையோடு வெளிவந்துள்ளது. இதில் 33 பெண் கலைஞர்களைப் பற்றிய பதிவுகள் செய்யப் பெற்றுள்ளன. அங்கரத்தினம், கலைச்செல்வி, கீதா, புஷ்பா, ராஜாமணி (பரதவர்) போன்ற ஒருசில பெண்களே விளிம்புநிலை மக்களாக உள்ளனர். பிற பெண்கள் உயர்சாதிப் பெண்களாக உள்ளனர். செளராஷ்ட்ரா, நாடார், வெள்ளாளர், செட்டியார், பிராமணர் போன்றவர்களாக உள்ளனர்.

"கணவனது அனுமதியின்றி ஒரு பெண் பகல் நேரத்தில் பெண்களால் நடிக்கப்பெறும் ஸ்திரி பிரேக்ஷா நாடகக் காட்சியைப் பார்க்கப் போனால், ஆறு பணம் தண்டம் வசூலிக்கப்படும். ஆண்களால் நடிக்கப் பெறும் புருஷ பிரேக்ஷா நிகழ்வைப் பார்க்கப்போனால், 12 பணம் வசூலிக்கப்படும். இவற்றைப் பார்க்க இரவு நேரத்தில் போனால் தண்டத்தொகை இரட்டிப்பாகும்." (வரத் பாண்டே, எம்.எல். 1979 : 35)[36] எனும் கருத்து இந்திய அரங்கியல் தளத்தில் நிலவியது குறிப்பிடத்தக்கதாகும்.

இதுபோன்ற சூழல் இருந்த நம் நாட்டில் பெண்ணிய நாடகம் முன் வந்துள்ளமை வரவேற்கத் தகுந்தது. தேவையானது. பெண்கள் தங்கள் நாடகங்கள் செய்வதில் ஆண்களைச் சாராமல் செய்வது முன்னேற்றத்திற்கு வழிவகுக்கும்.

தலித் பெண்ணிய அரங்கில் முனைவர் மு.ஜீவா, முனைவர். கே.ஏ. ஜோதிராணி, அரங்கமல்லிகா எனும் ஒருசிலரே தெரிய முன்வந்துள்ளனர்.

தலித் மக்களின் உறவு முறை, உணர்வு முறை, உணவு முறை, ஒழுக்க முறை, மொழியைப் பயன்படுத்தும் முறை, உளவியல் முறை, பண்பாட்டு முறை, வாழ்வியல் முறை என அனைத்தும் நிறுவப்பட்டுள்ள ஆதிக்கச் சாதியாரின் முறைமைகளிலிருந்து முற்றிலும் வேறுபட்டமைவனவாக உள்ளமையால் முற்றிலும் வேறுபட்ட அரங்கு என்பது தேவையாகவே உள்ளது. இத்தேவைகளை நிறைவு செய்ய இந்தத் தலித் மக்களின் ஆடல், பாடல், இசை,

36. பெண்-அரங்கம்-தமிழ்ச்சூழல், அ. மங்கை, ப.146 (டிசம்பர் 2001) ஸ்நேகா பதிப்பகம், சென்னை. பெண்ணிய அரங்கம்-ஒரு தேடல், பெண் அரங்கம் - தமிழ்ச்சூழல், ம. மங்கை, ப.147.

இசைக்கருவிகள் அனைத்தும் இடம் பெறும் இந்த தலித் அரங்கு இதற்கான ஆதாரங்களை, பாடங்களை வாழ்வியலிலிருந்தும், நாடக அரங்க இயங்கியல் அனுபவ முறையிலும், மூக்காயி கதை, மூளிப்பறச்சி கதை நிகழ்ச்சி[37], ராசாராாணி கலை நிகழ்ச்சி, பறை ஆட்டம், குறவன்-குறத்தி ஆட்டம், கரகாட்டம், நையாண்டி மேளக் கலைநிகழ்ச்சி போன்ற எண்ணிறைந்த தலித் மக்களது கலை வடிவங்களில் இருந்தும் உரம் பெற்றுக்கொள்ளும்.[38]

தளை நீக்கத்திற்கான மக்கள் அரங்கு உண்மையில் மக்களின் அரங்காக இருக்க வேண்டும். அதாவது ஒடுக்கு முறையாளர்களின் அதிகார ஆசையால் ஒடுக்கப்பட்டுக் கொண்டிருக்கும் ஒடுக்கப்பட்ட மக்களின் அரங்காக இது இருக்க வேண்டும்.[39] இந்த அரங்கு ஒடுக்கப்பட்ட மக்களுக்குப் போதனையைச் செய்கின்ற அரங்காக இல்லாமல் அவர்களுக்கு வழி ஊக்கியாகச் செயற்படக் கூடிய அரங்காக இருக்க வேண்டும்.

இதுகாறும் செய்யப்பட்ட ஆய்வின் முடிவுகளைக் பின்வருமாறு நிரல்படுத்தலாம்.

☆ இந்தியாவில் ஒடுக்கப்பட்டோர் அரங்கு என்பது சாதியத்தை அடிநிலையாகக் கொண்டுள்ளது.

---

37. 'நாட்டுப்புற நிகழ்கலைகள் தொலைந்துபோன நமது நாட்டுப்புறக் கலை வடிவங்கள்' கே.ஏ. குணசேகரன், என்.சி.பி.எச். வெளியீடு. 1993 (பக்.52-72)

38. தலித் அரங்கியல், கே.ஏ. குணசேகரன், கீழைக்காற்று வெளியீட்டகம், எல்லீசு சாலை, சென்னை-2. (ப.52) முதற்பதிப்பு மே 1995.

39. சமூக மாற்றத்துக்கான அரங்கு, க.சிதம்பரநாதன், சவுத் ஏசியன் புக்ஸ், தேசிய இலக்கிய பேரவை, சென்னை. (ப. 121-122), முதற்பதிப்பு, பிப். 1994.

- ✩ இந்தியாவில் தலித் மக்கள் கிராமங்களில் வாழ்ந்தாலும் கிராமம் என்பது வேறாகவும் தலித் மக்கள் வாழ்கின்ற சேரி என்பது வேறாகவும் பிரிக்கப்பட்டுள்ளது.

- ✩ ஒடுக்கப்படுவோர் விடுதலை பெறுவதற்கான முறைமைகள் குறித்த சிந்தனைகளின் அடிப்படையில் கோட்பாடுகள் உருவாகின்ற தலித் அரங்கியல் மற்றும் தலித் பெண்ணிய அரங்கியல் இந்த முறையில் உருப்பெற்றுள்ளன.

- ✩ பெண்ணிய அரங்கில் உயர்சாதிப் பெண்ணிய அரங்கு, தலித்தியப் பெண்ணிய அரங்கு என வகைப்படுத்தப்பட வேண்டியுள்ளது.

- ✩ பிற உயர்சாதிப் பெண்களை எதிர்ப்பதோடு தலித் மற்றும் உயர்சாதி ஆடவர்கள் என இரு தரப்பினரையும் எதிர்ப்பதில்தான் தலித் பெண்ணிய விடுதலை அடங்கியுள்ளது.

- ✩ வருணாசிரமக் கொள்கையை உள்ளடக்கிய இந்து மதமே தலித் அரங்கியல் உருப்பெற முதன்மைக் காரணமாக அமைகிறது.

- ✩ சோழர் காலந்தொட்டே சாதி என்பது தமிழகத்தில் வேரூன்றியுள்ளது.

- ✩ தீண்டாமைக்கு எதிரான போராட்டச் சூழலில் தலித் அரங்கியல் முன்வைக்கப்படுகிறது.

- ✩ தலித் அல்லாத பிற சாதியினரின் இலக்கியம் மற்றும் கலை வெளிப்பாடுகளில் தலித்துகளின் வழிபாடு மற்றும் சடங்கு முறைகள் கேள்விக்குள்ளாக்கப் பட்டுள்ளன. தலித்துகள் இழிவுபடுத்தப்பட்டுள்ளனர்.

- உண்மையான தமிழ் நாடகவரலாறு தலித்துகளால் எழுதப்பட வேண்டியுள்ளது.

- தலித் மக்களின் உணர்வுகளை வெளிப்படுத்தத் தனித்த கலைவடிவங்கள் உண்டு.

- பாட்டாளி வர்க்கம் அரசியல், பொருளாதாரம், பண்பாட்டு ரீதியாகத் தன்னை ஒழுங்குபடுத்திக் கொள்வது அவசியம்.

- இந்தியாவில் தலித் அரங்கியலும், பெண்ணிய அரங்கியலும் உருவாவதற்குச் சமூகச் சூழலே காரணமாக உள்ளன.

- இன்று பெண்ணிய அரங்கில் பங்கேற்கும் பெண்களின் பட்டியல் நீண்டு வருகிறது. தலித் பெண்ணிய அரங்கு, தலித் அரங்கு காலத்தின் தேவையாக உருப்பெற்றுள்ளன.

- தலித்துகள் தங்கள் எதிர்ப்புணர்வுகளைத் தங்கள் கலைமொழி வாயிலாக நேரடியாகவும், மறைமுகமாகவும், குறியீடாகவும் வெளிப்படுத்துகின்றன.

- தலித் அரங்கியலில் தலித்துகள் இடம் பெறுதல், கலைஞர்கள்-பார்வையாளர்களிடையே நெருங்கிய உறவு ஏற்பட சிறிய அளவிலான அரங்கைத் தெரிவு செய்தல், நிகழ்த்துப் பிரதியை மையமாகக் கொண்ட அரங்கின் வழி இறுக்கம் குறைந்த நிகழ்வுவெளி அமைய வழிவகுத்தல், அர்ப்பணிப்பும் செயல் துணிவும் மனிதநேயமும் கொண்ட கலைஞர்களைப் பெற்றிருத்தல், பார்வையாளர்களின் உணர்வுகளைப் புரிந்து செயல்படும் திறன், அரங்கில் காலத்தையும் கருத்தையும் கவனத்தில் கொண்டு பிரச்சினைகளை அணுகும் திறன், வெளிப்படுத்தும் திறன் பெற்றிருத்தல்,

தலித் பிரச்சினைகளை நேரடியாகவும், மறைமுகமாகவும் அழகியலுடன் வெளிப்படுத்தும் திறன், தலித்துகளின் எள்ளல் முதலான உத்தி முறைகளை உணர்ந்து பயன்படுத்தும் ஆற்றல், தலித் பிரச்சினைகள் குறித்த தெளிவு பெற்றிருத்தல் போன்றன தலித் அரங்கியலின் தனித்தன்மைகளாகும்.

* தலித் அரங்கு மதம், மடாலயம் போன்றவற்றிற்கு அப்பாற்பட்டது.

* பெண்ணிய அரங்கு இந்து மதத்திலிருந்து விடுபட வேண்டியுள்ளது.

* மதத்தின் பேரால் பெண்களுக்கு இழைக்கப்படும் கொடுமைகள் மிகுதியானவை. பெண்ணிய அரங்கியல் இவை குறித்தும் பேசவேண்டியுள்ளது.

* பெண்கள் தங்களுக்கான நாடகங்களை ஆண்களைச் சாராமல் செய்வது நல்லது.

* தலித் மக்களின் உணர்வு முறை, வாழ்வியல் முறை முதலான அனைத்துக் கூறுகளிலும் ஆதிக்கச் சாதியரின் முறைமைகளிலிருந்து முற்றிலும் வேறுபட்ட அரங்குகளாகத் தலித் அரங்கியலும், தலித் பெண்ணிய அரங்கியலும் உள்ளன.

* தலித் மக்களின் ஆடல், பாடல் முதலான கலை வடிவங்களில் இருந்து தலித் அரங்கியல் உரம் பெற்றுக்கொள்ளும்.

* ஒடுக்கப்பட்ட மக்களுக்குப் போதனை செய்கின்ற அரங்காக இல்லாது தலித் மக்களுக்கு வழிகாட்டும் ஊக்கியாகச் செயல்படக் கூடிய அரங்காக ஒடுக்கப்பட்டவர் அரங்கு இருக்க வேண்டும்.

## 2. தலித் அரங்கியலின் தேவை குறித்து...

நிலமற்றவர்களாகவும், சுதந்திரம் அற்றவர்களாகவும், பண்ணை அடிமைகளாகவும், விளை நிலங்களோடு கட்டுண்டவர்களாகவும் நிலங்கள் விற்கப்படும்போது நிலங்களில் கட்டுண்டோரும் சேர்த்தே விற்கப்பட்டவர்களாகவும் இருந்துள்ளனர் பறையர்கள்.

"இவர்கள் எந்த நிலத்தில் மொத்தமாக பண்ணை அடிமைகளாக உழுகின்றார்களோ அந்த நிலம் விற்பனை யாகும்போது இவர்களும் சேர்த்தே விற்கப்பட்டனர். (கி.பி. 1184 - கல்வெட்டு எண் 113/1927; ARE Part II Para, 29)

சுரண்டலின் மீதே அக்கறை அதிகம் இருந்த சமூகத்தில் சுரண்டலுக்குள்ளானோர் ஒடுக்கப்பட்ட சாதி மக்களாகவே இருந்துள்ளனர். கி.பி. 5 முதல் மதத்தின் பெயரால் தமிழகத்தில் பெரும் பூசல்கள் ஏற்பட்டன. சமணர், பௌத்தர் காலத்தில் சைவமும் வைணவமும் இப்பூசல்களைத் தொடுத்தன. இவை பல்லாயிரக் கணக்கான சமணர்களைக் கொன்று குவித்தன. கி.பி. 13-களில் இசுலாமியர்கள் வருகை கி.பி. 15-ஆம் நூற்றாண்டு முதல் ஆங்கிலேயரின் வருகையும் கிறித்துவ மதத்தின் ஆளுமையும் இதனைத் தொடர்ந்து கிறித்துவ மதத்தைப் பரப்புவதற்காக, அரசியல் கலாசாரம், மொழி போன்ற அனைத்தையும் கையாண்டுள்ளன. சாதிய ரீதியில் ஒடுக்குதலுக்குள்ளானோர் மதமாற்றங்களுக்கு ஆளாகி உள்ளனர். (பள்ளு இலக்கியம் ஒரு சமூகவியல் பார்வை. டாக்டர் கோ. கேசவன் ப.51-55)

மதத்திற்குள் கொண்டு வரப்பட்ட தாழ்த்தப்பட்ட மக்கள் தத்தம் கடவுள் தவிர, வேறு மதக்கடவுள்களை வணங்கினால் அவர்களைப் பகைவர்களாக்கி நாசம் செய்வேன் என்று சூளுரை கொள்ளும் அளவுக்கு அவர்கள் கருத்தளவில் ஆளாக்கப்பட்டிருந்தனர்.

ஒரு போதழகர் தாளை
கருதார் மணத்தை வன்பால்
உழைப்பார்க்குந் தரி சென்று
கொழுப் பாய்ச் சுவேன்

.......................
.......................

பெருமாள் பதி நூற் றெட்டும்
மருவி வலஞ் செய்யாரைப்
பேய்க் காலில் வடம் பூட்டி
ஏர்க்கால் செய்வேன்.

(பள்ளு இலக்கியம் ஒரு சமூகவியல் பார்வை. டாக்டர் கோ. கேசவன். அன்னம், சிவகங்கை, ப.41)

ஆதிக்கச் சாதியின் கைப்பாவைகளாக அடக்கப் பட்டிருந்த, ஒடுக்கப்பட்டிருந்த மக்கள் இருந்துள்ளனர். "ஆங்கிலேயர் காலம் முழுவதும் அதன் பிறகும் இந்தியாவின் கிராமப்புறங்களில், எதிர்ப்புக்களும், கிளர்ச்சிகளும் நிறைந்திருந்தன. நூற்றுக்கணக்கான கிராமமக்கள் ஈடுபட்டதும் ஆண்டுக் கணக்கில் நடைபெற்றதுமான பெரும் அளவிலான வீரஞ்செறிந்த ஆயுதப்போராட்டங்களும் நடந்தேறின." (பள்ளு இலக்கியம் ஒரு சமூகவியல் பார்வை. டாக்டர் கோ.கேசவன். அன்னம், சிவகங்கை, ப.41) இன்றளவும் ஒடுக்கப்பட்டோரின் கலகக் குரல்களும், எதிர்ப்பு

இயக்கங்களும், அவற்றின் நடவடிக்கைகளும் தொடர்கின்றன. எனினும், இரட்டை டம்ளர் பிரச்சினை, பஞ்சமி நிலப் பிரச்சினை, பொதுச் சொத்துக்களில் தலித்துகள் உரிமை கோருவது தொடர்பான பிரச்சினை, தேர் இழுப்பதில் தலித்துகள் உரிமை கோருவது தொடர்பான பிரச்சினை, 'ஊர்ச் சேவகம்' செய்யும் பறை அறிவிக்கும் தொழிலைச் செய்ய மறுக்கும் எதிர்ப்புக் குரல்களை அடக்குவதோடு நிந்திக்கும் பிரச்சினை, பண்ணைக்கு இருத்தலிலிருந்து தப்பிக்க எத்தனிக்கும் முயற்சிகள் தொடர்பான பிரச்சினை, சாதிய அடக்கு முறைகளிலிருந்து அத்துமீறல் கொள்வது தொடர்பான பல்வேறு பிரச்சினைகள் உண்டாகிக்கொண்டேதான் உள்ளன.

ஊடகங்கள் யாவும் ஆதிக்கச் சாதியினரின் கைகளிலேயே சிக்கியுள்ளன. சாதி மோதல்கள் தொடர்பான களங்களுக்குச் சென்று உண்மையை அறிந்து மக்களுக்குக் கூறத் தகுந்த சமூகநீதிப் பார்வை கொண்டோரின் குரல்கள் மேலெழுந்து சரியான கருத்தியலை மக்களுக்குத் தெரிவிப்பதில் ஊடகங்கள் சாதகமாக அமைவதில்லை. வணிக நோக்கில் செயல்படும் ஊடகங்கள் பல்வேறு அரசியல் சார்ந்தவைகளாக உள்ளன. பாதிக்கப்பட்டோரின் குரல்களாக, மனச்சாட்சிகளாக அமையும் ஊடகங்கள் ஒடுக்கப்பட்டோருக்கு என மிகவும் குறைவு. திண்ணியத்தில் தலித்துகளை மலம் தின்னவைத்த செய்தியை ஒடுக்கப்பட்டோரின் குரல்களாக வெளிப்படுத்த நமது ஊடகங்கள் உடனே முன்வரவில்லை. மதுரையில் சங்கன் என்னும் தலித்தை மூத்திரம் குடிக்க வைத்த கொடுமை ஊடகத்தின் வழி நாட்டுக்குத் தெரியவைக்கப் பெரிதும் பாடுபட வேண்டியதாயிற்று. இந்நிலையில் ஊடகமாகச் செயல்படும் "நாடகக் கலை

வடிவத்தைத் தலித் மக்களின் எளிய வடிவமாக்கிப் பயன்படுத்திக்கொள்ள வேண்டிய தேவை உள்ளது.

உலக நாடக வரலாறுகளைக் காண்போமானால் ஒவ்வொரு சமூகத்தின் தேவைக்கேற்ப அரங்கம் வளர்ந்து வந்துள்ளது. மார்க்சியச் சிந்தனையாளரான நாடகக்காரர் பெட்ரோல்ட் பிரெக்ஃட் என்பவர் காவியபாணி நாடகம் (Epic Theatre) என்பதை முன்வைத்துப் புதியதொரு நாடகக் கோட்பாட்டினைச் செயல்படுத்திக் காட்டினார். காவிய பாணி நாடகம் என்பது (Epic Theatre) அவரது வடிவம்.

அற்புத நிகழ்ச்சிகளை மேடையில் நிகழ்த்திக் காட்டி நாடகம் நடத்தி வந்த அரங்கிற்குப் புதிய மாற்றத்திற்கான அரங்காக பிரெக்டின் காவியபாணி நாடக அரங்கு அமைந்தது. பிஸ் கேற்றர் என்பவர் பாட்டாளி வர்க்க அரங்க முயற்சிகளில் ஈடுபட்டார். இவரது அரங்கு அன்றிருந்த ஆதிக்க வாதிகளின் அரங்கிற்கு மாற்றாக இருந்தது. அரங்கமானது பார்வையாளர்களை உணர்ச்சி வசப்படுத்தாமல், அவர்களை விமர்சனப்பூர்வமாகச் சிந்திக்கவைக்க வேண்டுமென்பது பிரெக்ஃடின் நோக்கமாக இருந்தது. 1967-68களில் நடந்த அமெரிக்கா மற்றும் மேற்கு ஐரோப்பாவிலும் ஏற்பட்ட அரசியல் கிளர்ச்சிகள் சனரஞ்சக அரங்கிற்கான உத்வேகத்தை மாணவர்களிடையே ஏற்படுத்தின. (சமூக மாற்றத்திற்கான அரங்கு. க. சிதம்பர நாதன், சவுத் ஏசியன் புக்ஸ், சென்னை-2, பிப்ரவரி 1994. ப.76) லெனின், மாசேதுங், அந்தோனியோ கிராம்சி போன்றவர்களின் கருத்துக்களால் மாணவர்கள் கவரப்பட்டனர். ஆதிக்கவர்க்க அரங்கிற்கு எதிரான வையாக மாணவர்களாயிருந்தோரின் அரங்குகள் இருந்தன. புகழ்பெற்ற புரட்சிக்காரர் சேகுவேராவின் கொரில்லாப் போர் உத்திகள், கருத்துகள் தெருவெளி

அரங்குகளின் வழி (Street Theatre) வெளிப்பட்டன. (பிரேசில் நாட்டில் தியேட்டர் ஆப் தி அப்பிரஸ்ட்) என்ற கருத்தியலுடன் தொடங்கப்பட்டது. இந்த வகை ஒடுக்கப்பட்டோர் அரங்கு பெரும்பாலும் கிளர்ச்சியும் பிரச்சாரமும் கொண்ட தெருவெளியில் நடத்தப்படும் அரங்காகவே இருக்கிறது. இந்தியாவில் பாதல் சர்க்காரின் (Third Theatre) மூன்றாம் வகை நாடக அரங்கு தெருவெளியில் அரசியல் மற்றும் பண்பாடு குறித்த விழிப்புணர்வு கொண்ட நாடகங்களைக் கொண்டு விளங்கின. இலங்கையில் ‘மண்சுமந்த மேனியர்’ நாடகம் அரசியல் விழிப்புணர்வு கொண்ட எளிய முறை நாடக இயக்கத்தன்மை கொண்டதாக அமைந்துள்ளது. அகஸ்டோ போவால் அவர்களின் கட்புலனாகா அரங்கு (Invisible Theatre) என்பது நடிகர்களைச் சமூக விஞ்ஞானிகள் எனக் கருதிச் செயல்படுகிறது இது. பார்வையாளர், கலைஞர் எனும் பேதம் அறுத்துப் பிரச்சினைகளை, மக்கள் முன் சிந்திக்கவும் செயற்படவும் தூண்டத்தக்க வகையில் செய்ற்படும் ஒரு மக்கள் அரங்காக இருக்கிறது.

உலகம் முழுதும் அரங்க வளர்ச்சி என்பது சமூகத் தேவைக்கேற்ப வளர்ந்து வருகிறது. மேலை நாடுகளில் பெண்ணிய அரங்கு (Women Theatre) கறுப்பின அரங்கு (Black’s theatre) தோன்றி ஆணாதிக்கத்திற்கு எதிராகவும் வெள்ளை நிறத்தினருக்கு எதிராகவும் முறையே செயல்பட்டு வருகின்றன.

இந்தியாவில் சமூக மாற்றத்துக்கான அரங்கு குறித்த சிந்தனை குறைவாக உள்ளது. சமஸ்கிருத நாடக அரங்கு என்பது இந்திய வரலாற்றில் கிரேக்க வரலாற்றுடன் ஒப்பிடக் காலத்தால் முந்தையதாகவும் கருதப்படுகிறது.

பரத முனி எழுதிய நாட்டிய சாஸ்திரம் (Sanskrit Theatre) இலக்கணத்தை ஒட்டிக் காளிதாசர், பவபூதி போன்ற நாடக வல்லுநர்கள் தோன்றிப் பெருமை செய்துள்ளனர். இது ஐந்தாவது வேதம் எனக் கருதப்படுகிறது.

வேதங்கள் வருணாசிரம முறைமையைத் தூக்கிப் பிடிப்பதால், நான்கு வருண சாதியிலே வராத, மனிதர்களாகக் கருதப்படாத தலித் மக்களுக்கு இந்தச் சமஸ்கிருத நாடக அரங்கான ஐந்தாவது வேதம் அந்நியமாகிறது.

தலித் மக்களுக்கு ஒடுக்கப்பட்ட மக்களுக்கு என தனித்த அரங்கு தேவையாக உள்ளது. ஒடுக்கப்பட்டோர் அரங்கு என்பது இந்தியாவில் பெண்ணிய அரங்கும், தலித் அரங்கும் ஆகும். பெண்ணிய அரங்கிலும் தாழ்த்தப்பட்ட சாதிப்பெண்களின் அரங்கு என்பது உயர்சாதிப் பெண்களின் பிரச்சினைகளிலிருந்து சாதிய ரீதியிலும் (தலித்) பெண்ணிய ரீதியிலும் என்பதான இருமுனைத் தாக்குதல்களில் ஒடுக்கப்படும் விதம் வேறுபடுகின்றது.

தீண்டாமைக் கொடுமை நாள்தோறும் நடைபெற்றுக் கொண்டிருக்கும் இந்தியாவில் தலித் தியேட்டர் எனும் (Dalit Theatre) ஒடுக்கப்பட்டோர் அரங்கு அவசியமான தாகிறது. தலித் அரங்கியல் எனும் புதுவகைக் கோட்பாடு முன்வைப்பது தேவையாகிறது. உலகம் முழுதும் உள்ள ஒடுக்கப்பட்டோர் அரங்கு என்பதிலிருந்து தலித் அரங்கியல் என்பது சாதி ஒடுக்குதல் என்பதை அடித்தளமாகக் கொண்டு இயங்கத்தக்கதாகிறது.

கே.ஏ. குணசேகரனின் பலி ஆடுகள், தொடு, அறிகுறி, பாறையைப் பிளந்து கொண்டு, சேரியின் தாலாட்டு

(டாக்டர் ஜீவா), கோப்பு (பிரதிபா ஜெயச்சந்திரன்) ஏகலைவனின் பெருவிரல் (அறிவொளி இயக்கம்) போன்றவை தலித் நாடகங்கள்.

டாக்டர் ஜீவாவின் சேரியின் தாலாட்டு, கே.ஏ.குணசேகரனின் பவளக்கொடி அல்லது குடும்ப வழக்கு, இன்குலாப்பின் அவ்வை, டாக்டர் காந்திமேரியின் மணிமேகலை, சே. இராமானுஜத்தின் வெறியாட்டம், இந்திரா பார்த்தசாரதியின் கோவலன் போன்ற பெண்ணியம் குறித்த நாடகங்கள் குறிப்பிட்டுக் கூறப் படுபவையாக உள்ளன.

தன்னானே கலைக்குழு, ஆப்டிஸ்ட் கலைக்குழு போன்ற கலைக் குழுக்களும் தன்னார்வத் தொண்டு நிறுவனங்களும் ஆங்காங்குத் தமிழக மக்கள்மத்தியில் தலித் நாடகங்களையும், பெண்ணிய நாடகங்களையும் மக்களிடம் நடத்தி வருகின்றன.

**தலித் அரங்கியலில் கலைஞர்கள் இயங்கும் விதங்கள் குறித்து வரை யறுப்பது முறையாகாது எனினும் சில புரிதல்களுக்காகச் சில ஆலோச னைகள் இங்கு முன்வைக்கப்படு கின்றன.**

✰ இடம் அல்லது நாடக நிகழ்வு அமையும் வெளி என்பது இறுக்கத் தன்மையிலிருந்து விடுபட்டதாக அமைய வேண்டும். சுதந்திரத்தன்மையில் செயல்படக் கூடியதாக விளங்க வேண்டும்.

✰ மக்கள் அரங்கியல் உறவு கொள்வதற்குச் சிறியதாக அமைவது நல்லது. (Small Theatre).

* தலித் அரங்கில் ஈடுபடும் கலைஞர்களுக்கு நல்ல உறவு, தெளிவான இலக்கு, அர்ப்பணிப்பு, செயல், துணிவு, அரசியல் தெளிவு, மானுட நேயம் போன்றவை வேண்டும்.

* நமது இந்தியாவில் இந்துத்துவத்தில் அதிகாரமும், வன்முறைக் கலாசாரமும் நேரிடையாகவும் மறை முகமாகவும் இயங்குவதால் உடல் மொழி என்பது கட்டுப்படுத்தப்பட்டுள்ள நிலையில் உள்ளது. இதனைப் புரிந்து உடல் மொழி இயக்கம் செயல்பட வேண்டியுள்ளது. ஆதிக்க வர்க்க அரங்கு உடல் மொழியில் மென்மைத் தன்மையோடு இயங்கும். தலித் அரங்கில் உடல் மொழி சுதந்திரமாகவும், வீரியமிக்கதாகவும், தலித் பண்பாட்டைப் புரிந்து செயல்படத் தக்கதாகவும் அமைய வேண்டும்.

* நாடக அரங்க வெளி (Space) என்பது நிகழ்த்தும் முறைக்கேற்ப மாற்றப்பட வேண்டும். பார்வையாளர், களம், சமூகப்பிரச்சினை, நாடகக் கருப்பொருள் போன்றவை மேற்குறிப்பிட்டவைக்கு ஏற்றவாறு மாற்றி அமையத்தக்கது.

* பார்வையாளர்களுடன் கலந்துரையாடிப் பிரச்சினை களைக் கூர்மையாக்குவதும், தீர்வினைநோக்கிச் சிந்திக்கவும் செயல்படுத்தவும் வழிவகை செய்ய வேண்டும்.

* தலித் அரங்கியல் எப்போதும் காலத்தின் ஒரு பகுதியாகவும், அதன் பிரதிபலிப்பாகவும் இருக்க வேண்டும். வாழ்க்கையில் உள்ள உண்மைகளைப் போல அரங்கும் உண்மையானதென்று உணரத்தக்க வகையில் செயல்பட வேண்டும்.

☆ பொய்யானவை, அற்புதமானவை என்பதற்கு இடமளிக்காத வகையிலும் அதே சமயம் இயல்பு நிலை (எதார்த்த நிலை)த் தன்மையில் அரங்கியல் செயல்பாடு அமைவதில் கவனம் கொள்ள வேண்டும்.

☆ நாட்டுப்புறக் கதைகள், பாடல்கள், தொன்மங்கள் (Folk Tales, Songs, Myths) பழமொழிகள், முது மொழிகள், சமகால இலக்கிய வடிவங்கள் இவற்றை எல்லாம் பயன்படுத்திச் சமகாலப் பிரச்சினைகளை முன்வைத்து நாடகங்கள் நடத்தப்படுவதிலும் மண்சார்ந்த உணர்வு ஏற்படுவதிலும் நாடகவியலார் கவனம் செலுத்தி நடத்த வேண்டியுள்ளது.

☆ சமகாலப் பிரச்சினைகளைச் சமூகவியல், அரசியல், பண்பாடு போன்ற தளங்களில் உரசிப் பார்த்து அறிவு கொண்டவர்களாகவும், இந்துத்துவத்தின் தன்மைகள் அவற்றின் செயல்பாடுகள் குறித்த அறிவும் கொண்டவர்களாகவும் விளங்க வேண்டும்.

☆ எள்ளல் நாடகங்கள் நடத்தத்தக்க திறன் பெற வேண்டியுள்ளது. தலித் கலைகளில் குத்தல், நையாண்டித் தன்மை போன்ற கூறுகள் நிறைந்து காணப்படும். மொழி, உடை, ஒப்பனை, உடல் அசைவு (உடல், மொழி, நடிப்பு) இசை மொழி, உச்சரிக்கும் விதத்தில் வெளிப்படுத்தும் பாங்கு, நடைமுறைப் பிரச்சினைகள், தேவையற்ற மரபுகளைக் ‘கேலி’ செய்யும் பூடகத் தன்மை (மறைத்து வெளிப்படுத் துதல்) போன்றவை கேளிக்கை (நையாண்டித் தனம்) முறைக்ள் வெளிப்படுவது இயல்பாதல் வேண்டும்.

☆ தலித் கலைகள் உள்ள பிற கலைகளில் உள்ள உத்தி முறைகள், கருத்துக்களை வெளிப்படுத்தும் ஆற்றல்

முறைமை, கதை சொல்லும் முறை, கலையின் வடிவம் மற்றும் உள்ளடக்கம், காலந்தோறும் கலைகள் உள்வாங்கிக்கொண்டு பிரதிபலிக்கும் விதம் என்பவற்றை தலித் கலைஞர்கள் அறிய வேண்டும்.

☆ சமகாலக் கலை வடிவங்கள், இலக்கிய வடிவங்கள் இவற்றோடு சம கால வளர்ச்சிப் போக்கு, சமகாலப் பிரச்சினைகளை அவை வெளிப்படுத்தியுள்ள நடையியல் (Style) தன்மை குறித்த உற்று நோக்கல் (Keen Observation) அறிவு, தேடல் தன்மையோடு அமைவது தேவை. 'தயாரற்ற நிலை' என்பது தெருவெளி அரங்கின் அழகியல் உத்திகளைத் தீர்மானிக்கும் முக்கியக் காரணியாகின்றது.

☆ தலித் (Ideology) கோட்பாடு

தலித் அரசியல்

தலித் பெண்ணியப் பிரச்சினை

தலித் தொழிலியல்

தலித் வாழ்வியல் முறை

தலித் பண்பாடு

தலித் அழகியல்

போன்றவைகளில் தலித் அரங்கவியலார் கூர்மையான அறிவும், தெளிவும் கொண்டிருக்க வேண்டும்.

## தலித் அரங்கியலார் கொள்ளும் சிறப்புக் கூறுகள்

## அ. தனித்த மொழி

சமூகச் செயல்பாடுகளில் இயைந்துள்ள தலித்துகளின் தனித்த அடையாளத்தை விளக்குவது எளிதல்ல.

அதிகாரம் என்பது சாதியின் பெயரால் நேரிடையாகவோ, மறைமுகமாகவோ ஒடுக்கப்பட்ட சாதியான தலித் மக்களிடம் செயல்படும் போதும் அதனால் பாதிப் படையும் போதும் அடையாளங்கள் பல்வேறு விதங்களில் வெளிப்படும்.

விவரிக்கப்படாத, விவரிக்க முடியாத இத்தகைய பிரச்சினைகளைப் பொதுவான பரிவர்த்தனைக்குள் இழுத்துக்கொண்டு வந்து சேர்ப்பதை விடவும் அவற்றின் தனித்தன்மைக்கு நியாயம் செய்யவே நாம் முயற்சி செய்ய வேண்டும். அதுவே சரி, அதுவே நீதியானது என்னும் லயோத்தாவின் குறிப்பினை உணர்த்தும் ரவிக்குமார் கூடுதலாக விளக்குவதை உணரவேண்டும். (காண்க. தலித் என்ற தனித்துவம் தலித் கலைவிழாக்குழு, A-2 வடக்கு சிமிட்டித் தெரு, வட்டம்-9, நெய்வேலி, முதல் கட்டுரை தலித் என்ற தனித்துவம், டிச.1996)

## ஆ. வடிவமொழி

பெயர்களில்கூட தலித்துகள் அடையாளப்படுத்தப் படுகின்றனர். தொப்புளான், கருப்பன், ஊமச்சி, மண்ணாங் கட்டி போன்ற பெயர்கள் மேல் சாதிக்காரர்களால் சொல்லி அழைக்கப்பட்டாலும் உண்மையில் இவர் களுக்கான பெயர்கள் வேறாகவும், இயற்கையோடு இயைந்த மொழிக் கலப்பில்லாத பெயர்களாகவும் இருப்பதை நாம் அவதானிக்கலாம். உடல் உழைப்பையே வாழ்நாளெல்லாம் மேல் சாதிக்காரர்களுக்காக அளித்து வரும் இவர்களை இழிவான அடைமொழியிட்டு, உடல் வாகுகளை மையமாக வைத்துத் தொப்புளான், பரட்டை, சடையன், மூக்கன், முண்டக்கண், கூனி என்றெல்லாம் சொல்லி அழைப்பதன் வழியே ஆதிக்கத்தை நிலை

நாட்டுவதும் அடிமைத்தனத்தை நினைவுபடுத்துவதுமாக அமைவதை இங்கு அவதானிக்க முடியும்.

## இ. இணைமொழி அல்லது இருபொருள் மொழி

பண்ணைகளில் காலந்தோறும் கொத்தடிமைகளாகவும், நூதனமான அடிமைகளாகவும் கொண்டுள்ள மேல்சாதியினர் ஒரு மொழியில் இருபொருள் தரத்தக்க வகையில் பேசும் நையாண்டித்தனத்தை உணர முடியும். பெரும்பாலும் பாலியல் வன்முறைக்கு முன்னோட்டமாக இரட்டுற மொழியால் பேசிப்பார்த்து ஆழம் காண எத்தனிக்கும் வேளைகளில் இரட்டுறமொழிதல் அதிகம் இடம் பெறக் காண முடியும். ஆண்டையை நேரில் வைத்துக் கொண்டே இருபொருள் தரத்தக்கதாகப் பேசி மகிழ்வதன் வழி ஆதிக்கத்தாரை எரிச்சல்படுத்துவது உண்டு.

## ஈ. மரபைப் பகுத்தாய்தல்

பார்த்த மாத்திரத்திலேயே அடையாளம் காணப்படும் விதம் நடைமுறையில் உள்ளது. கருத்த மேனி, துடித்த உதடுகள், கருவிழிகள், பரட்டைத்தலை, வாட்டசாட்டமான உடல், உயரம், புடைத்த மூக்கு, குட்டை மூக்கு, வட்ட முகம் என்பதான அடையாளங்கள் பறையர் கொண்டுள்ளனர் என உய்த்துணரலாம்.

"பறையன் உறவும்சரி
பனை மரத்து நிழலும் சரி"

"சமஞ்சா தெரியும் சக்கிலிச்சி அழகு"

"பள்ளன் முத்திக் கள்ளன்"

என்பதான பழமொழிகளும் முதுமொழிகளும் மரபு நோக்கில் சாதியை அடையாளப்படுத்தக் கையாண்டு

உள்ளவையாகும். சமூக மதிப்பு நிலை மரபு வழி உணர்த்தப் பெறுகிறது. உடல்தோற்றம்கண்டு பறை மேளம் வாசிப்பவரென்றும் மிருதங்கம் அல்லது கோயில் மேளம் வாசிப்பவரென்றும் அடையாளப்படுத்திக் காண இயலும்.

## உ. தனித்த அணுகுமுறை

சாமி, அய்யா, ஆண்டே, நாச்சியா என அழைக்கும் ஒரு தலித்தின் குரல் ஒலிப்பு முறை தலித் என அடையாளம் காட்டும். சாதிக்கேற்ப மொழி கையாளப்படுவது குறித்த முறைமை இங்கு நினைவு கொள்ளத்தக்கது. 'பிராமணர் பாசை' ஒலிப்பு முறையிலும், சொல் ஆக்க முறையிலும் தனித்து வெளிப்படுவது அறியத்தக்கது. வட்டாரத்துக் கேற்ப மொழியைப் பயன்படுத்துவது கவனித்தக்கத்தது. திறந்த வெளியில் உழைக்கும் இவர்களது உச்சரிப்பில் இழுவைத் தன்மையும் ஒலிப்பு முறையில் உரத்த தன்மையும் வெளிப்படுவது இயல்பு.

## ஊ. சூழல் சார்ந்த அணுகுமுறை

ஒரே நேரத்தில் ஒரே சூழலில் பல நிலைகளில் பேசுதல் அல்லது ஊடாடுதல் செயல்படும்.

☆ வயதானவரிடம் பேசும்போது
☆ பெண்ணிடம் பேசும்போது
☆ சிறியவனிடம் பேசும்போது
☆ மனைவியிடம் பேசும்போது
☆ தோழரிடம் பேசும்போது
☆ அதிகாரம் செலுத்துவோரிடம் பேசும்போது
☆ உயர்சாதிக்காரரிடம் பேசும்போது

எனும்படி மொழியைக் கையாளும் விதத்தில் கொள்ளும் தனித்த நிலை அணுகு முறை செயல்படுகிறது.

கடந்த கால வரலாறு குறித்த அறிவு நிகழ்காலச் சமூகப் பிரச்சினைகள் குறித்த விமர்சனப் பார்வை குறித்தசிந்தனை, எதிர்காலத்தில் முன்வைக்க உள்ள கேள்விகள், கோட்பாடுகள், வழிமுறைகள் குறித்த முன் மொழிவுகள் கொண்டு தலித் அரங்கியல்காரர்கள் செயல் பட வேண்டியுள்ளது. தலித் அரசியல் எதிர்ப்புணர்வுகள், மக்களை அரங்கில் பார்வையாளர்களாக மட்டும் வைக்காமல் விமர்சனக் கண்ணோட்டத்தில் அவர்களை விழிப்புணர்வு ஏற்படுத்திப் போராட்டத்தில் பங்கெடுக்கச் செய்யத் தக்கவர்களாக ஆக்கும் நோக்கம் அமைய வேண்டும்.

மலையின மக்கள், நாட்டுப்புற மக்கள், நகர்ப்புற மக்கள் இவர்களிடையே தலித் அரங்கு செல்லும் போது தெளிவுபடுத்துதல் விமர்சனக் கண்ணோட்டத்தை வளர்த்தல், அரங்கில் பார்வையாளர்களைப் பங்கெடுக்கச் செய்தல், எதிர்ப்புக் குரல்கொண்டு போராட்ட வடிவங்களைக் கையில் எடுக்கச் செய்தல் போன்ற நிலைகளை மக்களின் தன்மைகளுக்கேற்பப் படிநிலை வாரியாக முறையே பயன்படுத்த வேண்டிய பொறுப்பில் தலித் அரங்கவியலார் கவனம் கொள்ள வேண்டியவர் களாவர். காலமும், கருத்தும், பிரச்சினைகளும் தலித் அரங்கை வளர்க்கும். அனுபவங்கள் வழியே தலித் அரங்கு பக்குவம் அடைந்து பரவுவதும் செழுமை ஆவதும் இயல்பாக நடைபெறும்.

# 3. தலித் அரங்கியல் கோட்பாடு

அரங்கியலுக்கான கோட்பாடுகள் உலகில் காலந் தோறும் உருப்பெற்று வருகின்றன. விவிலிய அரங்கம் உண்டானபோது அதற்கெனத் தனித்த கோட்பாடுகளைப் புனிதம் கருதி வகுக்கலாயினர். சேக்ஸ்பியர் கால அரங்கியலில் மன்னர்களின் உளவியல் தன்மைகளைச் சுட்டிக்காட்டுவதை முதன்மையாகக் கொண்டு அரங்கியல் கோட்பாடுகள் வளர்ந்தன. ‘இலண்டன் குளோப்ஸ் தியேட்டர்’ முதலான நாடகக் கம்பெனிகள் வணிக நோக்கினை அடித்தளமாகக்கொண்டு அதற்கெனத் தனித்த நாடகக் கோட்பாடுகளை உருவாக்கிக் கொண்டன. இரண்டாம் உலகப்போருக்கு பின்பு உருப்பெற்ற அரங்கியல் கோட்பாடுகள், உளவியலை அடிப்படையாகக் கொண்டவையாக விளங்கின.

அரிஸ்டாட்டில் தொடங்கி, ஸ்தனிஸ்லாவ்ஸ்கி, மேயர் ஹோல்ட், பெக்ட்டோல்ட் பிரக்ட், பீட்டர் புரூக், யூஜின் பார்பா, அரிஸ்டோ போவால் போன்ற நாடக வல்லுநர்கள் சமூகத் தேவைக்கேற்ப அவரவர்களின் அனுபவங்களை உள்ளடக்கியவாறு நடிப்பியல் கோட்பாடுகளும் இயக்குதல் கோட்பாடுகளும் உருவாயின. கறுப்பின மக்கள் (Blacks) தங்களின் விடுதலையை வென்றெடுக்க, பாலியல் பலாத்காரங்களை எதிர்த்தும், இழந்த நிலங்களை மீண்டும் பெறும் வேட்கை யுடனும், உரிமைகளை நிலைநாட்டும் நோக்குடனும் அரங்கியல் கோட்பாடுகளை உருவாக்கினர்.

இந்தியாவில் சமஸ்கிருத நாடக அரங்கு பரத முனியைக் கொண்டு தனித்த அரங்கியல் கோட்பாட்டை வகுத்துக் கொண்டது. நான்கு வேதங்களைத் தாண்டிய ஐந்தாவது வேதம் என அறிவித்துக்கொண்டு, தனித்த அரங்கக் கோட்பாடுகளை வருணாசிரம அடிப்படையில் பரதமுனி உருவாக்கியுள்ளார். காலத்தால் முற்பட்ட இந்திய அரங்கியல் மக்களை மகிழ்விப்பது என்பதை முதன்மை நோக்கமாகக் கொண்டு சமகாலச் சமூகப் பிரச்சினைகளைப் பின்தள்ளிய நிலையில் அரங்கியல் கோட்பாடுகளை வகுத்துக் கொண்டது.

எந்த ஒரு கோட்பாடும் எல்லாக் காலத்திற்கும் பொருந்துவதான நிரந்தரக் கோட்பாடாக இருந்ததில்லை. அகஸ்டோ போவால் பாரம் தியேட்டர் (Forum Theatre) என்ற அரங்கியல் கோட்பாட்டை முன்வைக்கிறார். தொடர்ந்து அவர் மேற்கொண்ட பரிசோதனை நாடக முயற்சியின் விளைவாக கட்புலனாகா அரங்கவியலைத் தோற்றுவித்தார். சமூகப் பிரச்சினைகள் காலந்தோறும் வளர்ந்து வரும்நிலையைக் கணக்கில் கொண்டு பின்னர் பீயூப்பில்ஸ் (மக்கள்) தியேட்டர் என்னும் மக்களுக்கான அரங்கியல் கோட்பாட்டை வகுத்துள்ளார். ஆக நிரந்தரமான அரங்கியல் கோட்பாடு என்பது இல்லை என்பதை உணர முடிகிறது. ஒடுக்கப்பட்டோர் அரங்கியல் என்பது இன்றைக்கு உலகெங்கும் பேசப்பட்டு வருகிறது. நிறம், மதம், சாதி, பாலியல், இடம் போன்றவைகள் முன்நிறுத்தி உரிமை பெற்று விடுதலை பெறும் நோக்கில் ஒடுக்கப்பட்டோர் அரங்கியல் முன்வைக்கிறது. இந்தியாவில் ஒடுக்கப்பட்டோர் அரங்கு என்று பேசுவோ மானால், பெண்ணிய விடுதலை, சாதிய விடுதலை, அரவாணிகள் விடுதலை என்னும் இவைகளை முன்நிறுத்தி இயங்குவது இன்றியமையாததாகிறது. தலித் அரங்கியல்

என்பது ஒடுக்கப்பட்டோர் அரங்கு எனப் பொருள் கொண்டாலும் சாதிய ரீதியில் பிரச்சினைகளை முன்வைத்து இயங்குவதாக அமைவது காலத்தின் கட்டாயமாக உள்ளது.

சாதியின் பேரால் குறிப்பிட்ட மக்களுக்குக் கொடுமைகள் காலங்காலமாக தொடர்ந்து நடைபெற்று வருகின்றன. இலக்கியங்களிலும், கல்வெட்டுக்களிலும் இதுகுறித்துப் பதிவுகள் மிகுதியாக உள்ளன. சமயவாதிகளும், சமூக சீர்திருத்தவாதிகளும் தொடர்ந்து இவற்றிற்கு எதிராகப் போராடி வரினும் சாதி தொலைந்தபாடில்லை. டாக்டர் அம்பேத்கார் அவர்கள் குறிப்பிடுவது போல் அகமண முறை தொடர்ந்து கடைபிடிக்கப்பட்டு வருவதாலும் இந்தியச் சாதிய சமூகத்தில் புறமண முறைத் தவிர்க்கப்பட்டு வருவதாலும் தீண்டாமை ஒழிப்பதற்குத் தடை ஏற்பட்டுள்ளது. தீண்டாமை சமூக வளர்ச்சிக்கு ஏற்பத் தகவமைத்துக் கொண்டு புதிய முறை தீண்டாமை யாகத் தொடர்கின்றது. கலை இலக்கியவாதிகளால் சமூகக் கடமையாக தீண்டாமைக்கு எதிரான குரல்கள் ஒலித்துக்கொண்டு வரும் சூழலில் அரங்கியல் வல்லு நர்கள் இதுகுறித்து உரத்துப் பேச மறுத்து வருகின்றனர். காரணம் இவர்கள் உயர்சாதிக்காரர்களாகவும், உயர் வர்க்கத்தைச் சார்ந்தவர்களாகவும் இருக்கின்றனர். மேலும் சமஸ்கிருத அரங்கியல் கோட்பாட்டின் வழி வந்தவர் களாகவும் உள்ளனர். கலை மனமகிழ்ச்சிக்கானது என்னும் நிலைப்பாட்டைத் தொடர்ந்து அரங்கியல்காரர்கள் பின்பற்றி வருவது இதற்குக் காரணமாகும். அரங்கியல் துறையை இருவகையாகப் பிரித்துக் காணும்போது செவ்வியல் அரங்கக் கலை வல்லுநர்கள் கொண்டிருக்கும் அரங்கியல் கோட்பாடானது வேறானதாகவும், உழைக்கும் மக்கள் கொண்டிருக்கும் அரங்கக் கலைக்

## மேடை உத்தி முறைகள்

☆ இடரீதியான உத்திமுறைகள்

☆ காலரீதியான உத்திமுறைகள்

☆ சொல் மற்றும் கருத்தியல் வெளிப்பாட்டு உத்தி முறைகள்

போன்ற உத்திமுறைகள் மேடையில் இடம்பெறும்போது மக்களிடம் நெருங்கிச் செல்வதற்கான வழிமுறைகள் இலகுவாக்கப்படும். மக்கள் கலைஞர்கள் கனவுகள், இலட்சியங்கள், தேடல் இவை கனன்றுகொண்டிருப்பது இயல்பு. அதற்காக அவற்றையெல்லாம் மக்களிடம் அள்ளி இறைத்துவிட எத்தனிப்பது மிகுந்த தவறை உண்டாக்கும். அது பதமான கத்தியை எடுத்துப் பக்குவமின்றிப் பயன் படுத்துவதற்கு ஒப்பானதாகும்.

வட்டாரத்தன்மை குறித்த அறிவு தேவை. நாட்டுப் புறங்கள் வட்டாரத்துக்கு வட்டாரம் வேறுபட்டுள்ளன. மதுரைக் கிராமங்களில் பேசும் மொழி, மொழியை இழுத்துப் பேசும் முறை வேறு. சிவகங்கை, இராமநாதபுரம் மாவட்டப் பகுதிக் கிராமங்களில் பேசும் முறைமை வேறு. பகுதிவாரியான கிராமங்கள் இருப்பது போலவே பகுதிவாரியாகச் சாதி அமைப்புகளும் வேறுபடுகின்றன.

> 'ஆதியிலும் பறையனல்ல
> சாதியிலும் பறையனல்ல
> பாதியிலே பறையன் ஆனேனே'

எனும் பாடல் அடிகள்

> * பாப்பாரப் பஞ்சி போல
> பருவமுள்ள வெள்ளையம்மா

மேடைகளில் நிகழ்த்துக் கலைஞர்கள் உத்தி முறைகளில் இதுபோன்ற ஒயிலாக்கம் என்பதனைக் கடைப்பிடிப்பதுண்டு.

சில பாடல்களில் இசையை எடுத்துக்கொண்டு பாடல்கள் புனைவதுண்டு. பாடலில் இடம்பெறும் சொற்கள் வட்டார மொழிநடைக் கவனத்துடன் செய்யப்பட வேண்டும். சில பாடல்கள் நாட்டுப்புறப் பாடல் அடிகளையே பயன்படுத்தும்போது அதன் தன்மை மாறாமல் பாடல் புனைய வேண்டும். பாடல்களை செம்மையான மொழிநடையில் எழுதிவிட்டு உழைக்கும் மக்கள் இசை நடையில் அமைப்பதும் பொருத்தமின்றிப் போக நேரிடும். இசை, பாடல் பொருத்தமாக அமைத்துப் பாடும் முறையில் மேற்கத்திய பாணி முறையைக் கையாள்வது தவறானது. மண்ணின் இசை வகைகள், சொலவடைகள், பழமொழிகள், கதைகள், பழக்கவழக்க முறைமை, பூடக மொழித்தன்மை போன்றவைகளில் கூடுதல் அறிவு இருக்கும்போது மக்களிடம் கலை நிகழ்ச்சிகள் வழியே நெருங்கிச் சென்று சொல்ல முடியும்.

செவ்வியல் இசைப் பாடல்கள், பல்லவி, அனுபல்லவி, சரணம் எனும் முறைமையில் அமையும். நாட்டுப்புறப் பாடல்கள் அவ்வாறு அமையாது. இதுபோன்ற நேரங்களில் உழைக்கும் மக்களின் இசை, பாடல் போன்றவற்றுக்கும் அவர்களது படைப்புக்கும் மரியாதை செய்யும் மனப்பாங்கு அமைய வேண்டும். இந்த அமைப்பில் பாடத் தேவையாகும்போது அப்பகுதிவாழ் மக்களின் வெவ்வேறு பாடல் இசை வடிவங்களை மாலைபோல ஆக்கிப் பாடலாம்.

உழைக்கும் மக்களின் வட்டார மொழி நடையிலிருந்து அந்நியப்பட்டது. தூய தமிழ்மொழி நடையில் இருப்பது உழைக்கும் மக்களின் மொழி நடையிலிருந்து அந்நியப் பட்டுள்ளது.

## ஒயிலாக்கம் (Stylization)

கலைஞர்கள் பார்வையாளர்களிடம் கலைநிகழ்ச்சி வழங்கும்போது தத்தம் குழுக்களுக்கேற்ப ஒரு தனித்த 'பாணி' (style) அமைத்துக்கொள்வது நன்று. இதனை வரையறுக்க இயலாது. 'ஆடலுடன் நிகழ்ச்சி வழங்குவது, பாடல்களும் பாடுவது குழும நிலையிலேயே அமைந் துள்ளது என்பதான முறைமைகள் 'பாணி'களை வரையறுக்கும்.

☆ நாட்டுப்புற இசைக்கருவிகளையே முழுவதும் பயன்படுத்துவது

☆ பெண்கள் மட்டுமே நிகழ்ச்சியை வழங்குவது

☆ குறிப்பிட்ட பாடலிசைகளை அதிகம் பயன் படுத்துவது

☆ பாடலின் ஊடாக வசனம் பேசிய முறையில் நிகழ்த்துவது

☆ குறிப்பிட்ட மெட்டுகளில் அதிகம் பாடுவது

☆ துரிதநடைப் பாடல்களாகப் பாடுவது

☆ குறிப்பிட்ட அரசியல் சிந்தனையை முன்வைத்து நிகழ்ச்சி நடத்துதல்

☆ குறிப்பிட்ட உடை ஒப்பனைகளிலேயே நிகழ்த்தும் கலைஞர்கள் மேடைகளில் நிகழ்த்துவது

**சங்கடமான நிலை இருந்தும் - நம்ம**
**'சம்சாரி' இன்னும் திருந்தலே'**

மதுரைப் பகுதியில் கிடைத்த நாட்டுப்புறப் பாடலைத் தழுவிச் செய்யப்பட்டது இப்பாடல். இதில் 'சம்சாரி' எனும் சொல் கோவைப் பகுதியில் வேறு ஒரு பொருள் பொதிந்து விளங்கப்படுவதாலும் பலருக்கு இச்சொல் லுக்குப் பொருள் விளங்காமல் போவதாலும் குறிப்பிட்ட பார்வையாளர்களிடம் எதிர்பார்த்த எதிர்வினை கிடைக்கப்பெறாமல் போகிறது. எனவே வட்டார மொழிநடை குறித்த அறிவு நாட்டுப்புறக் கலைகளைப் பயன்படுத்துவோருக்கு அவசியம். 'கோளாறாப் போய்வா' எனும் வார்த்தை மதுரைப் பகுதியில் வாழ்த்தி வழி அனுப்புவதாக இருக்க அதே 'கோளாறு' எனும் சொல் சிவகங்கைச் சீமைப் பகுதியில் 'தவறு' எனும் பொருளில் விளங்கப்படுகிறது. எனவே கலைஞர்கள் மக்களிடம் செல்லும்போது சில வட்டார மொழி நடைகளைக் கவனித்துச் சேர்த்துக்கொள்ள வேண்டும். தேவையான போது தவிர்த்துக்கொண்டும் செயலாற்ற வேண்டும்.

பாவேந்தர் நாட்டுப்புற இசை தழுவி தாலாட்டு, கூடை முடைவோன் பாட்டு, குறத்தி பாட்டு என்று எழுதியுள்ளார்.

**'காடைக்காக்குறவன் வந்து பாடப்பாடக் குறத்திதான்**
**கூடக்கூட பாடிஆடிக் குலுங்கக் குலுங்கச் சிரித்தனள்'**
**தேடத்தேடக் கிடைப்பதுண்டோ சிறுத்த இடுப்பில் நொடிப்புகள்**
**போடப்போடப் புதுப்புதுக்கை புதுப்புதுக் கண்காட்டினாள்**

**சிரித்தனள், நொடிப்புகள், காட்டினாள்** எனும் மொழி நடைகள் நாட்டுப்புற இசையில் இடம்பெறுவது

பங்கெடுக்காது ஒதுங்கியுள்ள கலைஞர்களும் சரி இயங்க வேண்டுமேயன்றி ஒருவர் புரட்சிகரமான பாடல் ஒன்றைப் பாடிக்கொண்டிருக்கும் போது பிற கலைஞர்கள் சிரித்துக்கொண்டு அந்நியப்பட்டிருப்பது பார்வையாளர்களின் கோபத்திற்கும் விமர்சனத்துக்கும், ஈடுபாட்டிலிருந்து விலகுவதற்கும் வாய்ப்பமைத்து விடும். சமூகத்தைக் கிண்டல் செய்து பாடும்போது எள்ளல் உணர்வும், சோகமான ஒரு சம்பவத்தை விளக்கும்போது சோக உணர்வும், புரட்சிகரமான பாடல் பாடும்போது போராட்டக் குண உணர்வும் கொண்டு கலைஞர்கள் அனைவரும் விளங்க வேண்டும். அப்போதுதான் அரங்கம் முழுவதும் கலைஞர்கள் வசப்படும். அரங்கம் என்பது கலைஞர்களையும் பார்வையாளர்களையும் அரங்கில் முறுக்கு, சுண்டல் விற்போர் பின் அரங்கில் பணியாற்றும் (Back stage Artist) கலைஞர்கள் என அனைவரையும் உள்ளடக்கியது.

அரங்கம் என்பது புதிது புதிதாகக் கண்டுபிடிக்கப்பட வேண்டும் என்பது நம்மைப் பொறுத்தவரை புதிய புதிய பிரச்சினைகளை மக்களிடம் நாட்டுப்புறக் கலைகளைப் பயன்படுத்தி விழிப்படையச் செய்வதேயாகும். மக்களிடமும் புதிய விமர்சனங்கள் வழிக் கற்றுக் கொள்வதுமேயாகும்.

## மொழி குறித்த அறிவு

முக்காமொழம் நெல்லுப் பயிரு
முப்பது கெஜம் தண்ணிக்கெணறு
நிக்காமத்தான் தண்ணியெடுத்தேன்
நெல்லுப்பயிரும் கருகிப்போச்சு

சும்மா யாரையும் சொல்லக் கூடாது சுக்கிர திசையும் நமக்கில்லே
ஆத்தா மாரியம்மனுக்கு ஆடுவெட்டிப் பொங்கல் வச்சேன்
அய்யப்பன் சாமி அருளுக்காக அஞ்சு வருசமா மாலையிட்டேன்
அப்பன் பழனி ஆண்டவனுக்கு அடிச்சேன் மொட்டை மூணு தரம்
அடிச்ச மொட்டையும் போதாதுன்னு எடுத்தேன் காவடி ஏழுதரம்
கந்துவட்டிக்குக் கடனை வாங்கி கருப்பசாமிக்குப் பொங்கல் வச்சேன்
சந்துபொந்தெல்லாம் சுத்துறேனே சாமியக் காணோம் உதவிக்கு
சாமிய நம்பிக் கெட்டது பாதி பூமிய நம்பிக் கெட்டது பாதி
சாமி கெடுத்ததா பூமி கெடுத்ததா யாரு கெடுத்தது சொல்லுங்களேன்

எனும் இப்பாடலில் 'சாமிகெடுத்ததா' எனும் உணர்ச்சிப் பூர்வமான கேள்வியில் பலர் யோசிக்கலாம்? பலர் நிகழ்ச்சி நடத்தும் கலைஞர்கள் மீது கல் வீசலாம். கஷ்டம், சாமி உதவவில்லை எனும் செய்தியை முதல் பத்தி, இரண்டாம் பத்தி என முறைப்படுத்திக் கூறிவரும்போது பார்வை யாளரில் ஒரு கணிசமான பகுதியினர் நம் பக்கம் நின்று நமக்காக நிற்க முன்வருவர். இதுபோன்ற உத்தி முறையினைக் கலைஞர்கள் முன்னெடுக்க வேண்டும். கலைஞர்கள் எடுத்துக்கூறும் நியாயம் யோசிக்க வேண்டியதுதான். நம்ப வேண்டியதுதான் எனும் 'நம்பகத்தன்மையினைப்' பார்வையாளர் மனக் கொள்வதான உத்தி முறையைக் கொள்ளச் செய்ய வேண்டும்.

பார்வையாளர்கள் பெட்டிவடிவ அரங்கில் முன் வரிசை, பின்வரிசை என அமைவர். திறந்தவெளி அரங்கமான மக்கள் அரங்கில் கூடியுள்ள அனைத்துப் பார்வையாளர்களுமே நமக்கு ஒரு படித்தானவர்கள் எனும் மனம் கொண்டு நிகழ்ச்சியை நடத்த வேண்டும். கலைஞர்கள் பாடும் பாடுபொருள் மற்றும் வெளிப்பாட்டு உணர்வுக்கேற்ப பங்கெடுக்கும் கலைஞர்களும் சரி

அறிவும் அரசியல் தன்மைகளையும் கலைஞர்கள் அறிந்து கொள்ளவேண்டும்.

மேற்குறித்த கவனங்கள் இருக்கும்போது மட்டுமே பார்வையாளர்களிடம் நாம் கொண்டிருக்கும் கருத்துகளை உள்வாங்கிக் கொள்வதற்கான வித்தையைச் செய்ய முடியும்.

## வணக்கம் செய்விக்கும் பாடல்கள்

பார்வையாளர் விரும்பும்படியான பொதுக் கருத்துள்ள பாடல்கள் எனப் பாடி பார்வையாளர்களிடம் நமக்கான செல்வாக்குகளையும், பாராட்டுகளையும் பெற்றுக்கொண்ட பின்னரே நாம் கொண்டுள்ள கருத்தியல் சார்ந்த பாடல்களைப் பாட வேண்டும். எடுத்த எடுப்பில்

'சாமிய நம்பிக் கெட்டது பாதி
பூமிய நம்பிக் கெட்டது பாதி

எனப்பாடும்போது சாமியை வழிபடும் பகுதி மக்கள் நம்மிடமிருந்து விலகியிருக்க நேரிடும். எதிரான கருத்து கொண்டவர்களும் நாம் கூறும் கருத்துகளை எண்ணிப் பார்த்து அசைபோடத்தக்க உணர்வினை உள்ளத்தில் விளைவிக்க இதுபோன்ற தடாலடிப் போக்கு உதவாது.

முப்பது வருசம் ஒழச்சு ஒழச்சு
முக்காப்படியும் மிஞ்சலே - நான்
மூலை மூலைக்குக் கடனை வாங்கி
மூச்சுத் தெணறுது வழியில்லே
ஆத்தா செத்தா எழவுக்கு எங்க ஆடு பத்துகொறஞ்சது - அப்புறம்
புள்ளை சமஞ்சதுக்கு மிச்சமிருந்ததும் கழிஞ்சது
அம்மா எந்த நேரம் பார்த்து பெத்ததும் என்னப் பெத்தாளோ

வசனம்: இந்தாம்மா நிறுத்து (வசனம்)

மந்திரிகிட்டே மனுக்கொடுத்து மனுக்கொடுத்து

பேப்பரும் தீந்து போச்சு

கையும் ஓஞ்சு போச்சு

மாத்திப்பாடு - இல்லே ஓடு ....

குழு: (பாடல்) மந்திரியைப் பார்க்க வேணாம்

மனுக்கொடுத்துப் பேசவேணாம்

மக்களெல்லாம் ஒன்னாச் சேர்ந்தா ராசாக்கா - இந்த

மண்ணக்கூட மாத்திடலாம் அய்யாக்கா

அனுபவத்தைத் தொட்டுக்காட்டி கருத்தைக் கேட்போர் எரிச்சல்படாது குழந்தையைக் கைபிடித்து அழைத்துச் செல்வதுபோல பிரச்சினைகளை எண்ணிப் பார்க்க வைத்துப் பின்னர் நாம் சொல்ல நினைக்கும் கருத்தைச் சொல்ல வேண்டும்.

## நம்பகத்தன்மை செய்தல்

பார்வையாளர்கள் மிகுந்த விபரம் கொண்டவர்கள் எனும் உண்மையை நாம் மறந்துவிடக் கூடாது. பல்வேறு கருத்தியல் கொண்ட மக்கள் உள்ள அரங்கு இது என்பதை கலைஞர்கள் மறந்துவிடலாகாது. பார்வையாளர்களின் தரநிலை குறித்தும் உணர்வு நிலை குறித்தும் அறிந்து கொள்ளும் திறன் பெற்றிருக்க வேண்டும். பார்வையாளர்களை எப்படிக் கவன ஈர்ப்புக் கொள்ளச் செய்ய வேண்டும். எத்தன்மை வாய்ந்த உத்திமுறைகளைச் செய்வது என்பன குறித்த ஞானம் தேவை. காலந்தோறும் வளர்ந்தும், மாறியும் வருகின்ற கருத்தியல் (ideology) குறித்த

சொல்லும்போது பார்வையாளர்களிடம் ஈடுபாடு அதிகம் ஏற்பட வாய்ப்புண்டு. மரங்களை வெட்டாதே எனச் சொல்லவரும் கருத்தை அவர்களுக்கு உரிய முறையில் சொல்வதே நாட்டுப்புறக் கலைகளைப் பயன்படுத்தி மக்களிடம் நெருங்கிச் செல்ல உரிய வழிமுறைகளுள் ஒன்றாகும்.

## அனுபவவழிக் கூற்றுமுறை

நாட்டுப்புற அரங்கு என்பது மக்களிடம் அந்நியப் பட்ட ஒன்றல்ல. சடங்கு நிறைவேற்றும் முறைமையின் தொடர்ச்சியில் வரும் ஒன்றாக அமைகின்றது. எனவே மக்கள் அனுபவித்து வரும் இயல்பு வாழ்க்கையை ஒட்டி நமது கலை வெளிப்பாடு அமைய வேண்டும். மக்களுக்கு அந்நியமான செய்தியைக் கூறினும் அவர்தம் அனுபவங் களின் வழியே கலைவழி அக்கருத்தைச் சொல்ல வேண்டும்.

மு.பா. முயற்சி எடுக்கவேணும்

பி.பா. முடிவு பண்ணிப் பார்க்க வேணும்

மக்களெல்லாம் ஒன்னாச் சேர்ந்து ராசாக்கா

மந்திரிகிட்டே மனுக்கொடுத்துப் பேசவேணும் அய்யாக்கா

அதிகாரியும் கமிசன் தானே

ஆபிசரும் கமிசன் தானே

நம்மூரு கணக்கப் புள்ளையும் கமிசந்தானே - ராசாக்கா

மக்களுக்குக் கடமையோட ஒழைப்பாரில்லே அய்யக்கா

. . . . . . . . . . .

எவராலே வந்தது புள்ளே
சொல்லு புள்ளே

கோடாங்கிப் பூசாரி பெண்ணுக்குக் குறிகூறுவது போல அமையும்போது தங்களுக்குப் பழக்கப்பட்ட ஒரு பாட்டு வடிவம், அதாவது கேள்வி ஒருவர் கேட்க மற்றவர் விளக்கம் கூற என்பதான முறையில் அமையும்போது பார்வையாளர்கள் தங்களுக்கு அனுபவப்பட்ட பாடல் வடிவம் என உணர்ந்து ஐக்கியம் ஆகும் தன்மை அமைகிறது.

## முன்பாட்டு - பின்பாட்டு முறை

முன்பாட்டு பின்பாட்டு முறை எனும் வடிவம் மக்களிடம் நெருங்கிச் செல்லத்தக்கதாகும்.

| | |
|---|---|
| முன்பாட்டு: | ஆத்துக்கும் பக்கத்தில் |
| பின்பாட்டு: | ஏலேலம்படி ஏலம் |
| மு.பா. | அழகழகா ஆலமரம் |
| பி.பா. | ஏலோலம்படி ஏலம் |
| மு.பா. | சாமிக்கு வேணுமின்னு |
| பி.பா. | ஏலோலம்படி ஏலம் |
| மு.பா. | சாட்சி வச்சு வெட்டலாமா |
| பி.பா. | ஏலேலம்படி ஏலம் |

தொழிற்களங்களில் மற்றும் சடங்கு நிறைவேறும் நிகழ்ச்சிகளில் முன்னதாக ஒருவர் சொல்ல அல்லது பாட பின்னதாக ஒருவரோ, பலரோ சொல்வது அல்லது பாடுவது எனும் முறை நடைமுறையில் உள்ளதுபோல மக்களுக்குப் பழக்க வழக்கத்தில் அனுபவித்து வரும் முறையை ஒட்டிச் சொல்லவரும் கருத்தைச்

## வணக்கம் - (தொடக்கம்)

* அய்யா வந்தனமுன்னா வந்தனம்
வந்த சனங்கள்ளாம் குந்தனும்
அம்மா வந்தனமுன்னா (வந்தனம்.....)

* மாசபை யோரே சிறந்த மறையோரே - கோடி
வந்தனங்கள் செய்தோமைய்யா பெரியோரே

* அண்ணன்மாரே தம்பிமாரே
அருமையுள்ள அம்மா மாரே

* ஆட்டத்தில் குறையிருந்தால் ஆதரிப்பீரே - உங்கள்
அருமைக் குழந்தைகள் போல ஆதரிப்பீரே
பாட்டினில் குறையிருந்தால் பாதுகாப்பீரே - உங்கள்
பாலகரைப் போல் எண்ணிப் பாதுகாப்பீரே

*எனப் பாடிப் பார்வையாளர்களுக்கும், நிகழ்த்துவோருக்கும் இடையே உள்ள உறவினைச் சொல்லி வணங்கி நெருக்கம் ஊட்டுவது இயல்பாக அமைகிறது. நாட்டுப்புறக் கலையரங்கில் உள்ள இவ்வித உறவினை மனங்கொண்டு மக்கள் மேடையில் நாட்டுப்புறக் கலைகளைப் பயன்படுத்துவோர் கொள்ளும் முக்கிய கவனங்களில் ஒன்றாகக் கொள்ள வேண்டும்.*

## கேள்வி-பதில் முறை

பெண்: தேங்காய் எண்ணெய் தேய்க்க இல்லே
தேச்சுக் குளிக்க சோப்பு மில்லே
தேடிவந்த விருந்தாளிக்கு இப்ப
தேரம் ஒருவாய்க் கஞ்சி இல்லே

ஆண்: இது யாரேலே வந்தது புள்ளே
சொல்லு புள்ளே - இது

4. நடிப்போரும் காண்போரும் அவரவர் தனித் தன்மைகளை வெளிப்படுத்தக்கூடிய மொழியில் பேச வேண்டும்.

நாடக அரங்கத்துக்கான நிகழ்த்து கலைக்கோட் பாடாக இது இருப்பினும் நாட்டுப்புறக் கலை இலக்கியங் களை மக்களுக்குப் பயன்படுத்தும் நிகழ்கலைக்கும் இது பொருந்துவதாகவே உள்ளது.

நாட்டுப்புற கலை அரங்கில் நிகழ்விடம் மக்களைச் சார்ந்ததாக உள்ளது. காண்போருக்கும் நிகழ்த்து வோருக்கும் இடையே நெருக்கமான உறவு கொண்டதாக உள்ளது. கலைஞர்கள் உறவுக்காரர்களாகவும், ஊரில் அறிமுகம் உடையோராகவும் இருப்பர். நிகழ்விடம் பெரும்பாலும் ஊரின் மையப் பகுதியாக, ஊரைச்சார்ந்த இடமாகக் குறிப்பாக மந்தை, பொட்டல், வயல் பகுதி என அமைவது இயல்பு. நாட்டுப்புறக் கலைஞர்களிடம் களிப்புத்திறன், வலிமைத்திறன், வேகத்திறன், செயல்திறன் போன்ற திறன்கள் இயல்பாக அமையும். காரணம் உழைக்கும் மக்களின் உழைப்பிலிருந்து அந்நியப்படாமல் இக்கலைகள் அமைகின்றன. நிகழ்ச்சியை இரசிக்கும் பார்வையாளர்கள் கைதட்டி ஆர்ப்பரிப்பதும், விசில் அடிப்பதும், முறுக்கு, பணம், அன்பளிப்புச் செய்வதும், துண்டு, வேட்டி, மாலை போன்றவற்றை நிகழ்த்துக் கலைஞர்களுக்கு அணிவித்துப் பாராட்டுவதும் ஆக அவையோருக்கும், பார்வையாளருக்கும் இடையே உள்ள இடைவெளிப்பாடு குறைந்து நெருக்கமான உறவு பலப்படுத்தப்படுவது இயல்பு. கே.ஏ.குணசேகரன் குழுவினர் பயன்படுத்தியுள்ள பாடல்களை எடுத்துக் காட்டி விளக்கலாம்.

கே.ஏ. குணசேகரன் குழு நாட்டுப்புறக் கலை வடிவங்கள் பலவற்றையும் மேடைகளில் பயன்படுத்தியது. குறிப்பாக, கரகாட்டம், குறவன்-குறத்தி ஆட்டம், ராசாராணி ஆட்டம், மாடுபிடி நடனம் போன்ற முகப்போலி உரு நடனங்கள், காவடியாட்டம், தப்பாட்டம், கும்மி ஆட்டம், ஒயிலாட்டம் போன்ற ஆட்ட வகைகளையும் தவில், நாதசுரம், பம்பை, உறுமி, உடுக்கை, தப்பு (பறை) போன்ற நாட்டுப்புற இசைக்கருவிகளையும் பயன்படுத்தியது அக்குழு.

ஒருசில பாடல்களை எடுத்துக்காட்டி மக்களிடம் நாட்டுப்புற இசை, பாடல் மற்றும் பல்வேறு கலை வடிவங்களைப் பயன்படுத்தியமை குறித்தும், அக்குழு கொண்டிருந்த உத்தி முறைகள் குறித்தும் எடுத்துக்காட்டி நிகழ்த்துக் கலைக்கோட்பாட்டுடன் பொருத்தி விளக்கலாம்.

நிகழ்த்துக்கலை கோட்பாடு குறித்து (Performance Theory) ரிச்சர்ட் செக்னர் (Richard Sechner) எனும் நியூயார்க்கில் உள்ள அறிஞர் பின்வரும் கவனங்களைக் கொள்ள வேண்டும் என்றார்.

1. நாடக நிகழ்ச்சி என்பது நடிப்பிடம், படைப்புக் கருவிகள், அவையோர், நடிகர் ஆகியவற்றில் நெருக்கமுடையதாக இருக்க வேண்டும்.

2. அரங்கின் ஒவ்வொரு பகுதியும் நடிகர்களாலும் அதேநேரத்தில் அவையோராலும் பயன்படுத்தப் படுவதாக இருக்கவேண்டும்.

3. அரங்கம் என்பது அவ்வப்போது புதிது புதிதாகக் கண்டுபிடிக்கப்பட வேண்டும்.

வடிவங்களைப் பயன்படுத்தி கலைநிகழ்ச்சிகள் நடத்தினார். தமிழ்நாடு முற்போக்கு எழுத்தாளர் சங்கம், தமிழ்நாடு கலை இலக்கியப் பெருமன்றம் போன்ற இடதுசாரி கலை இலக்கிய அமைப்புகள் இவரது கலை நிகழ்ச்சிகளுக்கு மேடைகள் அளித்தன. கம்யூனிச கட்சி மேடைகளும் இவரது கலை நிகழ்ச்சிகளை நடத்தத் துணை நின்றன. தோழர் எஸ்.ஏ. பெருமாள், தோழர் மீ.ஜேம்சன், தோழர் சி.மகேந்திரன் போன்றோர் மாக்சீயச் சிந்தனைகளைச் சமூகப் பிரச்சினைகளுடன் சேர்த்துப் பாடல்களாகச் செய்வதற்கு, கே.ஏ. குணசேகரனுக்கு மிகுந்த துணையாக நின்றனர்.

தெம்மாங்குப் பாடல்கள், சிந்துப் பாடல்கள், கண்ணி, நையாண்டி இசைப்பாடல்கள், ஒப்பாரி, தாலாட்டு, கோடாங்கி இசைப்பாடல், வண்டிக்காரன் பாடல் போன்ற தொழிற்களப் பாடல்கள், சடங்கு முறைப் பாடல்கள் போன்ற பல்வேறு நாட்டுப்புற இசை வடிவங்களைப் பயன்படுத்தி இசை நிகழ்ச்சிகள் செய்தார்.

சிவகங்கை காந்தி அண்ணாவி, அழகர்சாமி வாத்தியார், செங்கோட்டை, கண்ணையா, தஞ்சை சீனிவாசன், அவுட்டடி அருளாந்து, துரைராஜ், கொல்லங்குடி கருப்பாயி, கலைச்செல்வி, கே.ஏ. சத்தியபாலன், கிடாக்குளி மாரியம்மா, கோட்டைச்சாமி, இராமகிருஷ்ணன், கங்கைபாலன், பழனிச்சாமி மற்றும் பல்வேறு நாட்டுப்புற இசைக் கலைஞர்கள் கே.ஏ. குணசேகரனுடன் இணைந்து பணியாற்றினர். மேடை நிகழ்ச்சிகள் மட்டுமன்றி பயிற்சிப் பட்டறைகளையும் ஆங்காங்கு செய்து பலரும் நாட்டுப்புற பாடல்கள், இசை வகைகளைப் பயன்படுத்தி மக்கள் பிரச்சினைகளைக் கலைநிகழ்ச்சிகளாக அமைய கே.ஏ. குணசேகரன் பங்காற்றினார்.

என்பது கேள்விக்குரியதாகும். எனினும் பாவேந்தரின் இசையமுது எனும் கவிதைத் தொகுதி நூலில் மேற்குறிப்பிட்ட பாடல்கள் இடம்பெற்றதைக் கண்டு எழுத்தாளர் புதுமைப்பித்தன் பாராட்டியுள்ளார்.

பாரதி, மறவன் பாட்டு, கும்மிப்பாட்டு, குடுகுடுப் பைக்காரன் பாட்டு, கண்ணி, சிந்து என்றெல்லாம் நாட்டுப்புற பாடல்களை அடித்தளமாகக்கொண்டு எழுதியதன் தாக்கத்தில் பாவேந்தரும் பயன்படுத்தி உள்ளமை இங்கு நினைவுகொள்ளத்தக்கது.

இடதுசாரி இயக்கத்தில் பாவலர் வரதராசன் அவர்களது பங்களிப்பு குறிப்பிடத் தகுந்ததாகும். அவரது தாக்கத்தில் மதுரை தியாகி மணவாளன் குழுவினர், சிவகிரி தோழர் போன்றோர் நாட்டுப்புறப் பாடல்களைத் தழுவி ஆங்காங்கு இடதுசாரி இயக்கச் சிந்தனைகளைத் தங்கள் கலைக்குழுக்கள் வழியே கலை நிகழ்ச்சிகளாக அளித்தனர். மேற்குறிப்பிட்டோர் யாவருமே தங்கள் கச்சேரிகளில் ஒருசில பாடல்களை மட்டும் நாட்டுப்புறப் பாடல், இசை தழுவிச் செய்தனரேயன்றி நாட்டுப்புறப் பாடல்களை மட்டும் தழுவிச் செய்வது அவர்களது நோக்கமாக இல்லை.

1980-இல் கே.ஏ. குணசேகரன் நாட்டுப்புற இசைக் கலைஞர்களையே பயன்படுத்தி நாட்டுப்புற பாடல்கள் மற்றும் நாட்டுப்புற இசை தழுவிய இடதுசாரி இயக்கச் சிந்தனை கொண்ட பாடல்கள் செய்து கச்சேரி நடத்தினார். தோழர்கள் கந்தர்வன், நன்மாறன், பறம்பைச் செல்வன், தணிகைச் செல்வன், கே.சி.எஸ். அருணாசலம், கவிஞர் ரசூல், கண்ணிவாடி பச்சைநிலா போன்ற தோழர்களிடம் இயக்கச் சிந்தனைகொண்ட பாடல்களைப் பெற்று அவற்றுக்கு மக்கள் இசை

கதிர் அறுவடைப் பாடலைத் தழுவி வழிநடைச் சிந்து இசையில் இப்பாடல் அமைந்திருந்தது.

ஆராரோ ஆரிரரோ
ஆராரோ ஆரிரரோ
சோலை மலரே சுவர்ணத்தின் வார்ப்படமே
காலை இளஞ்சூரியனைக் காட்டும் பளிங்குருவே
உண்மை உயர்வு மனிதர் நலமெல்லாம்
பெண்மையினால் உண்டென்று
பேசவந்த பெண்ணழகே

தாலாட்டுப் பாடல் இசையில் பெண்ணுரிமை பேசியுள்ளார்.

ஓங்கு கதிர் வாவா - நீ
ஒன்றுடனே வாழி
மாங்கனியும் நீதான் - அந்த
வானம் என்னும் தோப்பில்

ஏற்றப்பாடல் இசை வடிவத்தை எடுத்துக்கொண்டு தமிழர் விழிப்புணர்வுக்கான பாடல் செய்தார்.

பன்றியை வெட்டிப்படைத்தாயே - கடைப்
பட்டைச் சாராயம் கொடுத்தாயே
தின்று குடித்து நலம் செய்யு மாவென்று
தெய்வத்தின் மேன்மை கெடுத்தாயே
குழந்தையைக் கேட்டது தெய்வமென்றாய் - அதைக்
கொன்று சமைத்திட்டதாய் புகன்றாய்

என மூடப்பழக்க வழக்கத்தைக் கண்டிக்கிறார். எனினும் பாவேந்தர் நாட்டுப்புறப் பாடல்களைத் தழுவிப் பாடல்கள் புனைந்துள்ளமையினை திராவிட இயக்கம் எந்த அளவு மக்கள்மத்தியில் பயன்படுத்திக் கொண்டது

காள மாட்டுச் சின்னத்திலே
. . . . . . . . . . . . . . . . . . . . . .
ஒத்த ரூபாயும் வேணாம் - ஒங்க
ஒன்னப்புத்தட்டும் வேணாம்
. . . . . . . . . . . . . . . . . . . . . .
. . . . . . . . . . . . . . . . . . . . . .

என்பதாக நாட்டுப்புறப் பாடலையும் இசையையும் முழுவதும் பயன்படுத்தி பாவலர் வரதராசன் சகோதரர்கள் தேர்தல் பிரச்சாரம் செய்தனர்.

தோழர் ஜீவானந்தம் போன்ற இடது சாரி இயக்கத் தலைவர்கள் எழுதிக் கொடுத்த பாடல்களுக்கு நாட்டுப்புற இசையைத் தழுவி மேடையில் பாடினர். பாவலர் வரதராசனும் பாடல்கள் புனைந்து பாடினார். ஆர்மோனியம், தபேளா போன்ற இசைக் கருவிகளை இவர்களது சகோதரர்களைக் கொண்டே மேடைக்குப் பயன்படுத்தினார்.

திராவிட இயக்க வளர்ச்சிக்குப் பாரதிதாசன் பல நாட்டுப்புற இசையைத் தழுவிய பாடல்களைப் புனைந்து அளித்தார்.

செங்கதிர் எழுந்ததடி
எங்கும் ஒளி ஆனதடி
பொங்கல் திருநாளடியோ என்னருந்தோழி - அதோ
பொன்னரிவாள் ஏந்திவிட்டார் என்னருந்தோழி
தெங்கின் இளம் பாளையைப் போல்
செந்நெல் அறுத்தார் உழவர்
அங்குக் களம் கொண்டடித்தார் என்னருந்தோழி - அவர்
சங்கத்தமிழ் பாடிப்பாடி என்னருந்தோழி

பயன்படுத்தத் தொடங்கினர்.. என்.எஸ். கிருஷ்ணன் திராவிட இயக்கச் சிந்தனை முழுவதும் கொண்டு இயங்கியவராகவும் இல்லை. நாட்டுப்புறப் பாடல் இசை வடிவங்களை பல்வேறு இயக்க மேடைகளில் பயன்படுத்திய முறைமை இங்கு விளக்கப்படுகின்றன.

பொதுவுடைமை இயக்கத்தார் மேடைகளில் உழைக்கும் மக்கள் கலை இலக்கிய வடிவங்களைப் பயன்படுத்தத் தொடங்கிய தாக்கத்தில் திராவிட இயக்கத்தார் பயன்படுத்தத் தொடங்கினர்.

பொதுவுடைமை இயக்கத்தார் நாட்டுப்புறக் கலைகளைப் பயன்படுத்தி அமைக்கக் காரணம் உழைக்கும் மக்களின் உரிமைகளுக்காகவும் முன்னேற்றத்திற்காகவும் பாடுபடும் கோட்பாட்டினை அடித்தளமாகக்கொண்டு இயங்குவதாகும். பாவலர் வரதராசன் கிராமச்சூழல் வாழ்க்கையிலிருந்து மக்கள் மேடைக்கு வந்ததால் இடதுசாரி மேடைகளில் அவர் உழைக்கும் மக்கள் இசை வடிவங் களையும் பாடல்களையும் நிறையப் பயன்படுத்திப் பொதுவுடைமைச் சித்தாந்தக் கருத்துக்களைப் பிரச்சாரம் செய்தார்.

காட்டாக, காலுக்குச் செருப்புமில்லை
கால்வயிற்றுக் கூழுமில்லை
பாழுக்குழைத்தோமடா என் தோழனே
பசையற்றுப் போனோமடா
பாலின்றிப் பிள்ளை அழும்
வீடுமுச்சூடும் அழும் என் தோழனே!

என்னும் ஜீவாவின் பாடலையும்

ஒத்த ரூபா தாறேன் - ஒரு
ஒன்னப்புத்தட்டும் தாறேன்

நாடகங்கள் இவற்றில் பிரச்சாரக் கருத்தியல் வெளிப்பட்டதை நாம் உணராமல் இருக்க முடியாது. கலைகளைப் பிரச்சாரத்திற்குப் பயன்படுத்திய முறைமைகளை அரசியல், சமூகம், பண்பாடு போன்ற பல்வேறு தளங்களில் பொருத்தி ஆராய இடம் உள்ளது.

பொதுவுடைமை இயக்கங்களும் திராவிட இயக்கங் களும் கலையைத் தங்கள் கருத்தியல் பிரச்சாரத்துக்குப் பயன்படுத்தினர். திராவிட இயக்கங்களின் மேடைகளில் அவர் தம் கருத்துக்களை பாடல் இசை வடிவங்கள், நாடகங்கள் மற்றும் மேடைப்பாடல்கள் வழிப் பயன்படுத்தினர். மேல்தட்டு மற்றும் நடுத்தர வகுப்பைச் சார்ந்தவர்களாக அவ்வியக்கத்தைச் சார்ந்தோர் இருந்தமையால் நாட்டுப்புற இசையை மற்றும் நாட்டுப் புறக்கலை வடிவங்களைப் பெரிதும் பயன்படுத்தவில்லை. உழைக்கும் மக்களின் கலைவடிவங்கள் குறித்த அறிவோ, தேடலோ, தேவையோ அவர்களிடம் பெரிதும் இல்லை. ரெட்டியார், முதலியார் போன்ற உயர் சாதியைச் சார்ந்தோரே திராவிட இயக்கங்களில் பெரும்பாலும் இருந்தனர். இவர்களுக்கு உழைக்கும் மக்கள் கலை இலக்கியம் குறித்த அறிவு இல்லை. இவர்களது இயக்க மாநாடுகளும் நகரங்களை மையமிட்டு நகர மக்களைச் சார்ந்துமே இயங்கியதால் நாட்டுப்புற மக்கள் இவர்களது இயக்கங்களிலிருந்து அந்நியப்பட்டு இருந்தனர். எனவே நாட்டுப்புறக் கலை இலக்கியங்களைப் பயன்படுத்தி இயக்கம் வளர்க்க வேண்டிய தேவையும் இவ்வியக்கங் களுக்கு எழவில்லை. திரைப்படங்கள் வழியே திராவிட இயக்கத்தார் உழைக்கும் மக்கள் கலை இயக்கங்களைத் தொடக்கக் காலக்கட்டங்களில் பயன்படுத்தவில்லை. எனினும் என்.எஸ். கிருஷ்ணன் போன்றோர் வருகையை யொட்டி நாட்டுப்புறக் கலை இலக்கியக் கூறுகளைப்

# 6. பயன்பாட்டு நாட்டுப்புறக் கலையும் தலித் கலையும்

**க**லையைப் பயன்படுத்திக் கருத்தியலைப் பரப்புவ தென்பது காலந்தோறும் நடந்துவந்துள்ளது. அரங்கியல் வரலாற்றில் வேதாகம (Biblical theatre) அரங்கு என்ற ஒரு காலம் வரையறுக்கத்தக்க அளவில் ஏசுகிறிஸ்துவின் போதனைகள் காட்சிப்படுத்தப்பட்டுக் கிறித்துவம் பரவிட அரங்கியல் கலை துணை நின்றது. இந்தியாவில் மகாபாரதம், இராமாயணம் வெவ்வேறு கலை வடிவங்களில் வெளிப்படுவதை நாம் அவதானிக்க முடியும். பக்தி இயக்கக் காலங்களில் இவை கவனமாக மக்களிடம் நடந்தேறின.

திருப்பாவை - திருவெம்பாவை

பெரியபுராணம் - நாலாயிரத்திவ்யப் பிரபந்தம்

சிவனடியார்கள் - ஆழ்வார்கள்

என சைவமும், வைணவமும் தத்தம் கருத்தியலை மக்களிடம் கொண்டு செல்லக் கதை, பாடல், இசை போன்ற கலை வடிவங்களைப் பயன்படுத்தியுள்ளனர். பஜனைப் பாடல்கள், கதாகாலட்சேபங்கள், கீர்த்தனை நாடகங்கள், நொண்டி நாடகங்கள், வசாப்பு நாடகங்கள் போன்றவை அனைத்தும் தாம் கொண்டிருந்த கருத்தியலைப் பிரச்சாரப்படுத்தக் கைக்கொண்ட கலைவடிவங்கள் ஆகும். சுதந்திரப் போராட்டக் காலகட்டங்களில் பாடப்பட்ட பாடல்கள், செய்யப்பட்ட

---

\* மதுரை காமராசர் பல்கலைக்கழக நாட்டுப்புறவியல் கருத்தரங்கில் (27, 28-2-2003) வாசித்தளிக்கப்பட்ட கட்டுரை.

இருக்கவும், தமக்கான இடம் கிடைக்கப் பெற்றதும் நமது அடையாளத்தை இழக்காமல் காப்பாற்றிக் கொள்ளவும் மைய நீரோட்டக் கலாசார உத்தரவுகளுக்கு அடிபணியாமல் இருக்கவும் கொள்ள வேண்டிய எச்சரிக்கைகள் யாவை என உணர்ந்தாக வேண்டும்.

இந்தப் பிரச்சினைகளை நம் விவாதங்களுக்கு முன்வைப்பதும் சரியான இலக்குகளைப் பரிந்துரைப்பதும் இந்த நூற்றாண்டின் மிக முக்கியமானவையாக உள்ளன. இன்றைய தலித் கலை இலக்கியவாதிகளுக்கும், வளர்ந்து வரும் தலித் கலை இலக்கியவாதிகளுக்கும் இந்த விவாதங்களில் கிடைக்கப் பெறும் கருத்துகள் தேவையானவையாகும்.

நாம் இங்கு கூறிய செய்திகளைக் கொண்டு பார்க்கும்போது பின்வரும் கேள்விகள் நம்முன் எழுகின்றன.

✯ விளிம்பு நிலைக் கலை இலக்கியவாதிகள் மைய நீரோட்டத்தில் நுழைவது தேவைதானா?

✯ மைய நீரோட்டத்தில் நுழைந்ததும் விளிம்புநிலைக் கலை இலக்கியவாதிகள் தங்கள் அடையாளத்தை இழக்காமல் இருக்கச் செய்ய நடத்தும் போராட்டம் எத்தன்மை வாய்ந்ததாக இருக்க வேண்டும்?

விளிம்புநிலைக் கலை இலக்கியவாதிகள் மைய நீரோட்டத்தில் இணைய வேண்டியதில்லை எனும் கருத்தை நாம் முன்வைப்போமெனில் மைய நீரோட்டம் உருவாக்கும் கருத்தியலை வலுவிழக்கச் செய்ய என்ன நடவடிக்கைகளை நாம் மேற்கொள்ள வேண்டும் என்பது விரிந்த விவாதத்துக்கு உரியதாகும். மரபு வழி மார்க்சியவாதிகள் மைய நீரோட்டத்தை நிராகரிக்க வேண்டும் எனும் கருத்தை முன்வைக்கலாம். உலக வர்த்தகத்திலிருந்து தம்மை முழுமையாகத் துண்டித்துக் கொள்ள வேண்டும் எனும் கருத்தில் செயல்பட்ட சோவியத் ஒன்றியம் இன்று இல்லாமல் போனது இங்கு நினைவில் கொள்ள வேண்டியுள்ளது.

மைய நீரோட்டத்தை வலுவிழக்கச் செய்ய நாம் எவ்விதம் செயல்படுவது. சமூக மேலாண்மை தமக்கே உரிய சந்தைக் கலாசாரத்தையும் மனோபாவத்தையும் மாற்றிக்கொள்ள மாற்றாக நாம் முன்வைக்கும் கருத்துகள் யாவை எனக் கண்டறிய வேண்டும்.

விளிம்புநிலை மக்கள் மேல்தட்டு மக்களால் கட்டமைக்கப்பட்டுள்ள மைய நீரோட்டத்தில் சிக்காமல்

கலை இலக்கியங்களை எப்போதும் ஏற்றுக்கொள்ளாது. விளிம்புநிலை மக்களிடம் செல்வாக்குப் பெற்று அதன் தாக்கம் மைய நீரோட்டத்தைத் தாக்கும்போது வேறு வழியின்றித் தன்வயப்படுத்திக் கொள்ள முன்வருவது இயல்பு.

ஆதிக்கக் கலாசார ஊடகங்கள் இருதன்மை கொண்டவையாகச் செயல்படுகின்றன.

1. மைய நீரோட்டத்திற்குள் வரத் தடை.

2. மைய நீரோட்டத்திற்குள் வந்தவற்றை வயப்படுத்திக் கொள்ளல்.

ஏற்காத தன்மையும், தன்வயப்படுத்திக் கொள்ளும் தன்மையுமான இருநிலைத் (Double status) தன்மைகளைக் கொண்டுள்ளது.

சிறப்புநிலைத் தன்மை கொண்ட படைப்புகளையும், படைப்பாளர்களையும் விழுங்கிக் கொள்ளும் தன்மையைக் கொண்ட மைய நீரோட்டம் என்பது தனது சந்தைக்கான விதிகளையும், உத்தரவுகளையும் சுமத்து வதில் மிகுந்த கவனம் கொண்டிருக்கும். மைய நீரோட் டத்தில் இணையும் வாய்ப்புப் பெற்ற விளிம்பு நிலைக்கலை இலக்கியவாதிகள் மைய நீரோட்டம் சுமத்தும் நுகர்வுக் கலாசார உத்தரவுகள் அல்லது விதிகளிலிருந்து தப்பிக்க வேண்டியுள்ளனர். சந்தை விதிகளின் உத்தரவுகளை மீற வேண்டியுள்ளது. சந்தை விதிகளுக்குள் ஆட்படாமல் விலகியிருக்க வேண்டிய போராட்டத்தை மேற்கொள்ள வேண்டியுள்ளது. மைய நீரோட்டம் படைத்துள்ள நுகர்வுக் கலாசார (Consumer Culture) உத்தரவுகளை எதிர்ப்பதோடு மட்டுமன்றிப் புதிய விதிகளைப் படைக்க வேண்டியுள்ளது.

'இது பொம்பளைங்க சமாச்சாரம் எனும் செய்தியை முன்வைப்பதும்

எங்க வீட்டுக்காரரு எனக்குத் தங்கத்தை

வாங்கித் தராரோ இல்லியோ மறக்காம

தங்கம் நல்லெண்ணெய் வாங்கிக் குடுத்துருவாரு

புத்திசாலிப் புருசன், அப்ப ஒங்க வீட்டுக்காரரு?'

என்பன போன்ற விளம்பரங்கள் வழியே விற்பனைக்கான பின்புலங்களை கட்டமைப்பதைக் கவனிக்க முடிகிறது.

பெண்ணிய விடுதலை என்பது வெகுசன ஊடகங்கள் வழியே விற்பனைக்கான உத்தியாகப் பயன்படுத்தப்படும் தவறான கருத்தியல் பரப்பப்படுகின்றது. விடுதலை பெற்ற பெண் என்பவள் குறிப்பிட்ட பவுடர் பயன்படுத்துவாள். குறிப்பிட்ட மோட்டார் சைக்கிளில் போவாள். குறிப்பிட்ட எண்ணெயைப் பயன்படுத்துவாள் என்பன போன்ற கருத்தியல் பின்புலங்களைக் கட்டமைப்பதன் வழியாகப் பெண்ணிய விடுதலையின் கருத்தியல் என்பது சிதைந்து போகிறது. மைய நீரோட்டம் என்பது தன்வயப்படுத்தும் தன்மையில் இவை போன்ற தவறான கருத்தியல்களையும் சேர்த்து விதைக்கின்றன. பெண்ணியம் எனும் கருத்தியலைப் பண்டத்தின் விற்பனைக்கான பின்புலம் என அமைத்து வேறுவிதமான கருத்தியலைப் பரப்பிச் சந்தைக்கான பொருள் என்பதாகவே மாற்றி வைத்துக்கொள்ள விரும்புகிறது.

தலித் இலக்கியவாதிகள் படைக்கும் படைப்புகளில் வெளிப்படும் வாழ்க்கை இதுகாறும் வெளிவந்துள்ள படைப்புகளில் இருந்து வேறுபட்டவையாக அமைவது இயல்பு. மைய நீரோட்டத்தில் விளிம்புநிலை மக்களது

'ஜனனீ ஜனனீ

ஜகம் நீ'

என உணர்ந்து பாடுவதும், திருவரங்கக் கோயிலுக்கு நன்கொடை அளித்ததும், காஞ்சி பெரியவாளுடன் ஐக்கியமாகியிருப்பதும் இங்கு நினைவுகூரத்தக்கது. சந்தையில் தன்னை விற்பனைக்கு உரிய பொருளாகக் கட்டமைப்பதற்கு இம்மூன்று படிநிலைகளை அவர் கொள்ள வேண்டியிருந்தது. மைய நீரோட்டம் தனக்கு வேண்டியவாறு இளையராஜாவைத் தகவமைத்துக் கொண்டமை இங்கு உணரத்தக்கது. இளையராஜா 'தலித்' எனும் தன் அடையாளத்தை மாற்றவும் சிதைக்கவும் முற்படுகிறார். எனினும் இளையராஜா ஒரு தலித் எனும் அடையாளத்தை அனைவரும் மாற்றிக் கொள்ளவோ, மறைத்துக் கொள்ளவோ, மறுதலித்துக் கொள்ளவோ தயாராக இல்லை. மேற்சொன்ன பின்புலங்கள் கவர்ச்சியான சந்தைப் பொருளை விற்பனைக்கு உகந்ததாக ஆக்குவதில் மையம் மிகுந்த கவனம் கொண்டுள்ளமையை நாம் அவதானிக்கத் தக்கது.

கலாசார தளத்தில் மைய நீரோட்டம் செயற்படுவதைப் பெண்ணியம் வழி நின்று கவனிக்கலாம். பெண்கள் தனித்துவம் மிக்கவர்கள் எனக்காட்ட வேண்டி மோட்டார் சைக்கிளில் ஜீன்ஸ், பேண்ட், சட்டை அணிந்து செல்வது நீண்டு தொங்கும் தலைமுடியை வெட்டிக்கொண்டு ஆண்கள் முடிவெட்டிக் கொள்வது போல அலங்காரம் செய்துகொள்வது இவை போன்றவை களை நாம் கவனிக்க முடியும்.

பண்டத்தின் விற்பனைக்கான பின்புலத்தைக் கட்டமைப்பதில் ஊடகங்கள் பெரிதும் துணை நிற்கின்றன.

எனும் கலைவடிவங்களை அடையாளம் இழக்கச் செய்வதோடு விநியோகப் பொருள், சந்தைப் பொருள் எனக் கவர்ச்சிக்குள்ளாக்குகிறது. வளர்ந்து வரும் நாகரிகத்தின் ஒரு பகுதியாகவும் மாறி வரும் நவீன உலகுக்குத் தீனி போடக்கூடியதாகவும் மைய நீரோட்டம் புதுவிதக் கலாசாரத்தை நமது கலை மற்றும் கலாசார வடிவங்களைக் கொண்டு சொந்தம் கொண்டாடுகிறது.

வெகுசன ஊடகங்களால் உள்வாங்கிக் கொள்ளப் பட்டவரும், மைய நீரோட்டத்தில் தன்னைக் கரைத்துக் கொண்டவருமான இசைஞானி இளையராஜா அவர்களை எடுத்துக்காட்டி சந்தைப் பொருள் எவ்வாறு பின்புலங்களால் கட்டமைக்கப்படுகின்றன எனக் காணலாம்.

இளையராஜா திரையுலகிற்குள் நுழைய கிராமியப் பின்புலம் என்பது எழுபதுகள் வாக்கில் வழி அமைத்துக் கொடுக்கிறது. அவரும் 'பாளையம் சின்னத்தாயி பெத்தமகன்' என்றெல்லாம் தன்னை அடையாளப் படுத்திக்கொள்ள கிராமிய பின்புலங்களையே அடித் தளமாகக் கொண்டமையைக் காண்கிறோம்.

அடுத்த கட்டமாக மைய நீரோட்டத்தில் தன்னை நிலைநிறுத்திக்கொள்ள வேண்டிப் பொதுவுடைமை இயக்கத்துக்குச் சொந்தக்காரராகத் தன்னைக் காட்டிக் கொள்ள முற்பட்ட பின்புலமாகும்.

'பாவலர் வரதராசன்' எனத் தன் சகோதரரை நினைவுபடுத்தித் திரைப்பாடல்களில் பதிவு செய்தமை இங்கு நினைவு கொள்ளத்தக்கது. பின்னர் இளையராஜா தன்னை ஒரு ஆன்மிகவாதியாகக் காட்ட முற்படும் பின்புலம் ஆகும்.

அமைத்தது இங்கு நினைவு கொள்ளத்தக்கது. இசையமைப்பதற்கான அடித்தள தாள நடை நமது பறையாட்டக் கலைஞர்கள் கொடுத்த உதவி ஆகும். வெகுசன ஊடகங்கள் பறை ஆட்டத்தைப் பதிவு செய்து ஒளிபரப்பி வருகின்றன. தலித் இயக்க மேடைகளிலும், தலித் கலை நிகழ்ச்சிகளிலும் வாசித்து ஆடிய பறை ஆட்டம் என்பது இன்று மைய நீரோட்டத்திற்குள் அபகரித்துக் கொள்ளும் செயற்பாட்டைப் பரவலாகக் காண முடிகிறது.

இன்று ஆங்கிலப் பள்ளிப் பிள்ளைகள் பறை ஆட்டத்தைக் கற்றுக்கொள்ள வாய்ப்பளிக்கப் பெறுகின்றனர். பல்வேறு கட்சிகளைச் சார்ந்தோரின் ஊர்வலங்களில் பறை ஆட்டம் இடம்பெறக் காணமுடிகிறது. பறை ஆட்டம் மட்டுமன்றி கரகாட்டம், குறவன்-குறத்தி ஆட்டம், நையாண்டி மேள நிகழ்ச்சி போன்ற கலை நிகழ்ச்சிகள் யாவும் ஒடுக்கப்பட்ட மக்கள் கொண்டுள்ள கலை வடிவங்கள் ஆகும் என்பதை இங்கு நாம் நினைவு கொள்ளத்தக்கது.

பறை - பறையர்கள் மட்டுமே நிகழ்த்தும் கலை வடிவம் எனும் நிலை மாறி இன்று யார் வேண்டுமானாலும் நிகழ்த்தலாம் எனும் கருத்தை நிலைகொள்ளச் செய்கிறது. மைய நீரோட்டம் தாழ்த்தப்பட்ட மக்களுக்குச் சொந்தமான கலை நிகழ்ச்சிகளை தாழ்த்தப்பட்ட மக்களே நிகழ்த்துவது எனும் கருத்தை மைய நீரோட்டத்துக்குச் சொந்தமான வெகுசன ஊடகங்கள் யார் வேண்டுமானாலும் நிகழ்த்தலாம் எனும் கருத்தை முன்வைக்கிறது. இவை தொழில்நுட்பம் வாய்ந்தவை. முறையான பயிற்சி கொண்டு யாரும் நிகழ்த்தலாம் என்கிறது. விளிம்புநிலை மக்களின் அடையாளச்சின்னம், பண்பாட்டுச் சின்னம்

உழைக்கும் மக்களின் இசை, நடனம், உடை, ஒப்பனை ஆகியவற்றில் உள்ள கலைத்தன்மையின் பலம் என்பதைச் செவ்வியல் கலையாளர்கள் தமக்கு உரிய சந்தைப் பொருளாக ஆக்கிவிடும் முறைமையினைக் கவனிக்க முடியும். மேலாதிக்கச் சமூகத்தின் மனோபாவம் என்பது சுரண்டும் தன்மையிலிருந்து தம்மை தகவமைத்துக் கொள்வதை இன்றைய வெகுசன ஊடக வளர்ச்சி களுக்குள் தெளிவாகக் காண முடிகிறது.

பறை கொட்டுதல் என்பது முன்பெல்லாம் சாவுக்குப் பறை அடிக்கும் அடிமைச் செயலாக இருந்தது. தலித் போராளி அய்யா. இளைய பெருமாள் பறையர்கள் பறை அடிப்பதை விட்டொழிக்க வேண்டும் எனும் போராட்டத்தைச் சிதம்பரம் பகுதியில் நடத்தி வெற்றியும் கண்டார். தலித் எழுச்சிக் காலகட்டமான இன்று தலித் இயக்கங்கள் பலம்பொருந்தி வருகின்றன. தலித் அரசியலைக் கட்டமைப்பதில் முன்னேற்றமடைந்து வரும் காலமாக இன்று மாறி வருகிறது. சாவுக்கான பறை என்பது கூடாது என்பதோடு தலித்துகளின் போர் முழக்கச் சின்னமாக பறை அடிக்கத் தலித்துகள் முன்வர வேண்டும் எனும் கருத்தை முன்வைத்து எங்களைப் போன்றோர் கலை நிகழ்ச்சிகளை மேடைகளில் பறை ஆட்டம் என நடத்தி வருகின்றோம். பறை அடித்துக்கொண்டே விதவிதமான ஆட்ட அடவுமுறைகளைச் செய்யும் கலைநுட்பத்தைக் காணும் மைய நீரோட்டக்காரர்கள் இதனைத் தம்வயப்படுத்த முன்வருகின்றனர்.

திரை இசையமைப்பாளர் ஏ.ஆர். ரகுமான் 'சங்கமம்' எனும் திரைப்படத்தில் 'மழைத்துளி மழைத்துளி மண்ணில் சங்கமம்' பாடலுக்கு நமது போர்ப்பறையை தலித்துகளின் பறையாட்டக் கலைஞர்களைக் கொண்டே இசை

பாணிகளும் ஆகும். மலையின் மக்களின் பண்பாட்டுச் சின்னங்களை மைய நீரோட்டத்திற்குள் உள்வாங்கிக் கொள்ளும்போது அவை கவர்ச்சியான சந்தைப் பொருள்களாக்கப்பட்டு தொன்மைப் பண்பாட்டுச் சின்னம் தம் அடையாளத்தை இழக்க நேரிடுகிறது.

விளிம்புநிலை மக்களின் கலாசாரச் சின்னங்கள் கொண்டுள்ள பலம் (cultural power) என்பது அடையாளம் இழந்து மைய நீரோட்டத்தில் இணைக்கப்பட்டுவிடக் காண நேர்கிறது.

கர்நாடக இசை பாடும் மேட்டுக் குடிமக்கள் மேடைகளில் கடைசியாக, மேடைக் கவர்ச்சிக்காக 'துக்கடா' என ஒரு பகுதியைப் பாடுவது வழக்கம். இதில் நாட்டுப்புற மக்கள் இசை வடிவங்களான சிந்து, தெம்மாங்கு, பள்ளு, குறவஞ்சி போன்றவைகளுள் ஏதேனும் ஒன்று அல்லது கலந்து பாடப்படுவது உண்டு. மேட்டுக்குடியினர் பாடும் மேடைக் கச்சேரிகளில், மேட்டுக்குடியினரே பார்வையாளராக இருக்கின்ற மேடைகளில் உழைக்கும் மக்களின் இசை 'துக்கடா' எனும் பெயரில், சிறுமைப்படுத்தப்பட்டு; ஆனால் அனைவரும் மகிழத்தக்க வகையில், கவர்ச்சிக்கான சந்தைப் பொருளாக மாறிவிடும் போக்கினை நாம் கவனிக்க முடியும்.

'பரத நாட்டியம்' எனும் மேட்டுக்குடி மக்கள் ஆடும் செவ்வியல் (Classical Dance) நடனம் மேட்டுக்குடி மக்களே பார்வையாளராக இருந்து இரசிக்கக் கூடியதாகும். இதில் குறத்தி நடனம், பாம்பு நடனம், மயில் நடனம் என்பன போன்ற நாட்டுப்புற உழைக்கும் மக்களின் நடனங்கள் பரத நாட்டியப் பெண்மணி, ஆட்டத்தின் இறுதியில் ஆடிக்காட்டிப் பார்வையாளர்களின் கவர்ச்சியான இரசனைக்கு விருந்து படைப்பாள்.

## 5. தலித் கலை இலக்கியம் – இன்றைய சூழலில்

*தலித்* கலை இலக்கியவாதிகள் விளிம்பு நிலையிலிருந்து மைய நீரோட்டத்திற்குள் (main stream) நுழைவது என்பது அவ்வளவு எளிதான காரியமல்ல. மையம் என்பது உயர்சாதியினருக்கும் உயர்ந்த வர்க்கத்தாருக்கும் ஆனதாக அவர்களாலேயே கட்டமைக்கப்பட்டுள்ளதாகும். விளிம்பு நிலை மக்கள் மையத்திற்குள் நுழையத் தொடர்ந்து போராட்டம் நடத்திச்செல்ல முயற்சி செய்யும் வேளையில் மையம் செயற்கையான தடைகளை ஏற்படுத்து வதில் முனைப்புக் காட்டிக்கொண்டேயிருக்கிறது. ஒருபுறம் தடுப்புச் சுவர்களைக் கட்டிக்கொள்ளும் மைய நீரோட்டம் மறுபுறம் விளிம்புநிலை மக்களது கலாசாரக் கூறுகளை உள்வாங்கிக் கொள்வதில் அதிக அக்கறை காட்டி வருவ தையும் காணமுடிகிறது. மையம் தனது இருப்பைத் தக்க வைத்துக்கொள்ள வேண்டியுள்ளது. கவர்ச்சிப்படுத்தித் தம் சந்தையைப் பலப்படுத்திக் கொள்ள வேண்டி, கவர்ச்சித் தன்மையை ஏற்படுத்திச் சந்தைப் பொருளை (product) வியாபாரமாக்கிட நாகரிகத்தின் ஒருசில பகுதிகளை அல்லது கூறுகளை உள்வாங்கிக் கொள்கிறது.

மலையின மக்களின் கைவினைப் பொருள்கள் நாகரிகப் பெண்களின் பகட்டுப் பொருள்களாகவும், அணிகலன்களாகவும் விளங்குவதை அவதானிக்க முடியும். தொலைக்காட்சிகளின் விளம்பரங்களில் காணும் பின்னல் வடிவச் சட்டை, கண்ணாடிப் பதித்த சட்டை, கொண்டை, சடைப்பொருட்கள் போன்றவை மலையின மக்களின் உடை ஒப்பனைப் பொருட்களின் சாயல்களும்,

- விளையாட்டுத்துறை போன்ற துறைகளில் இட ஒதுக்கீடு பின்பற்றப்பட வேண்டும்.

- வனத்துறையோடு இயைந்து வனப்பயிர் மற்றும் மூலிகைப் பயிர் வளர்க்கவும், அவற்றை விநியோகிக்கும் உரிமையும், வழிமுறையும் அளிக்கப்பட வேண்டும்.

- நிலங்கள் பயிரிட அளிக்கப்பட வேண்டும்.

- மலைகள் தங்கள் தாயகமாக உணரத் தடையற்ற சூழல் உருவாக்கப்பட வேண்டும்.

- பயிற்சிப் பட்டறைகள் உரியவாறு அமைத்து ஆவன செய்யப்பட வேண்டும்.

- களப்பணிகளுக்கும், மலையின மக்கள் கலை குறித்த ஆய்வுகளுக்கும் இம்மலையின மக்களையே பயன் படுத்துவோம்.

- பாறை ஓவியம், எம்பிராய்ட் வேலை, தொழில்நுட்பக் கருவிகள், மருத்துவக்கலை, விளையாட்டுக்கலை, தோட்டக்கலை போன்ற கலைத்துறைகளில் இம் மலையின மக்களைப் பயிற்சி அளித்து சமூகப் பயன் பெறலாம்.

பட்டறைகள் நடத்திப் பழங்குடி இளைஞர்களை உருவாக்க வேண்டும். மூலிகை மருந்துகளுக்கான அறிவியல் பூர்வமான (Botanical Names) பெயர்கள் கண்டறிந்து வெளி உலகுக்குக் காட்டி மருத்துவ உலகுக்கு நலம் சேர்ப்பதான திட்டங்கள், செயற்பாடுகள் மேற்சொன்ன பயிற்சிப் பட்டறைகளின் வழியே நிறைவேற்ற வேண்டும். இவற்றின் வழியே அவர்தம் வருமானத்துக்கு வழி வாய்ப்பு ஏற்படுத்த வேண்டும். இது இன்றைய இளைய தலைமுறையின் வேலை வாய்ப்புக்கான வழிமுறைகளாக அமையும்.

அரசியல் மற்றும் அறிவியல், இயக்கமாதல் போன்ற அறிவு புகட்டப்பட வேண்டும்.

☆ பாட்டுக் குழுக்கள்

☆ நடனக் குழுக்கள்

☆ நாடகக் குழுக்கள்

போன்ற கலைக்குழுக்களை உருவாக்கலாம்.

☆ கல்விமுறைப் பாடத்திட்டம் வாழ்க்கைக் கல்விக் கானதாக அமைக்கும்போது இன்றைய சமூகம், நாடு, பொருளாதாரம், சுரண்டல் முறை, மண்வாசனை யோடு கூடிய வாழ்க்கை முறை, எதிர்க்கலாசாரம், அரசியல் விழிப்புணர்வு போன்றவை குறித்த அறிவு புகட்டப்பட வேண்டும். சிறந்த வாழ்க்கைக் கல்வி கிட்டும்போது சுய சிந்தனை கொண்ட சமூக அறிவு கொண்ட மனிதர்கள் உருவாக முடியும்.

☆ கணினிக் கல்வி, கலைக்கல்வி, வணிகக்கல்வி போன்ற கல்வி முறைகள் பழங்குடி மக்களை நோக்கி முன்வர வேண்டும்.

கோத்தர்களுக்கு உள்ள தனித்திறன் ஆகும். அரசு மூலிகைகள் வளர்க்கத் தனித்த ஊக்க நிதிகள் தருகின்றது. விளையாத நிலங்களில் (Waste land) மூலிகைச்செடிகள் வளர்க்கக் கோத்தர்களால் இயலும். நீலகிரி மலைப்பகுதி உற்பத்தித்திறன் கொண்ட மண்வளம் கொண்டதாகும். நோய்களைத் தீர்ப்பதற்காக அக்காலந்தொட்டு அவர்கள் பல மூலிகை மருத்துவமுறைகளைக் கையாண்டு வருகின்றனர்.

கை வைத்தியம், வீட்டுவைத்தியம், பரம்பரை வைத்தியம், பச்சிலை வைத்தியம் எனும் வைத்திய முறைகள் பேசப்படினும் மூலிகை வைத்தியம் இவர்களிடையே பரவலாக விளங்குகிறது. செடி, கொடி, தாவர வகைகளைக் கொண்டு வைத்தியம் செய்து கொள்கின்றனர். இவர்தம் வைத்திய முறைகளைப் பிறரிடம் கூறினால் பலிக்காது எனும் மூடப் பழக்கத்தால் பல மருந்துப் பெயர்களும் மருத்துவ முறைகளும் அழிந்து பட்டுள்ளன என்பது வருத்தம் தரத்தக்க செய்தியாகும்.

நாட்டு மருந்துகள் பற்றிய குறிப்புகள் அவர்தம் நாட்டுப்புறப் பாடல்கள், கதைகள், விடுகதை, நம்பிக்கை, பழக்க வழக்கங்கள், பழமொழிகள் இவைகளின் வழியே கண்டறிய வாய்ப்புண்டு. *(சந்திரன், நாட்டு மருத்துவம், விஜயா பதிப்பகம், கோவை, 2002)*

மூலிகை வைத்திய முறைகளுக்கான மருத்துவப் பயிற்சிப்பட்டறை வைத்து இளந்தலைமுறையை பயிற்றுவிக்க வேண்டும். உற்பத்திப் பொருள்களை விநியோகிக்கும் உரிமை மற்றும் வழிமுறைகள் செய்விக்கப்பட வேண்டும். மருத்துவச் செடிகள் வளர்க்கும் முறைகள், அவற்றைப் பாதுகாத்து வைக்கும் முறைகள், வைத்தியம் செய்யும் முறைகள் எனப் பயிற்சிப்

வனத்துறையினருடன் இணைந்து வனப்பாது காப்புக்கும், விலங்குகள் பாதுகாப்புக்கும் வேலை வாய்ப்பினைப் பெறலாம். வனங்களில் மண் அரிப்பு ஏற்படாது இருக்க மரங்களை நடுவதும், வளர்ப்பதுமான வனத்துறைப் பணிகளில் தங்களை ஈடுபடுத்திக் கொண்டுபழங்குடி இளைஞர்கள் வேலைவாய்ப்புப் பெறலாம். வனத்துறை விடுக்கும் 'டெண்டர்' போன்ற பணிகளை அங்கு வாழும் மலையினப் பழங்குடியினரே பெற்றுச் செய்ய வழி செய்ய வேண்டும்.*

வீழ்ந்த மரங்களிலிருந்து சக்கையைக் கூழ் ஆக்கிக் காகிதங்கள், நவீனப் பலகைகள் செய்வது போன்ற தொழிற்சாலைகளை உருவாக்கிஅவற்றில் பழங்குடி இளைஞர்களுக்கு வேலைவாய்ப்பினை உண்டாக்கி அவர்கள் முனனேற்றத்துக்கு வழி செய்யலாம். மேலும் வனங்களில் விளையும் வாசனைத் திரவியங்களைச் சேகரிக்கவும் அவ்வகை மரங்களை வளர்க்கவும் முன்வரும் விதத்தில் வேலைவாய்ப்பினைப் பெறச் செய்யலாம்.

## III. மூலிகை தயாரிப்பும் மருத்துவ முறைகளும்

விவசாய அறிவு கோத்தர்களுக்குக் கூடுதலாக உள்ளது. நிலங்களில் உற்பத்தியாக்கம் செய்வது

---

* Culture and Fertility, by Gurumurthy,
Himalaya Publishing House, Bombay, Ist Edition 1990, Page 121-122.
Cosmo Publications, Delhi, Page 207-232

"The income from all sources of the respondents, viz, forest work (collection and State of the forest products), agriculture,industrial work and services (employment) have been included. While calculating the income of respondents from all the sources, expenditure of the family was also taken in the account".

மக்களின் மொழி தெரிந்த ஆசிரியர் நியமிக்கப்பட வேண்டும். சிறு வயதிலிருந்தே அவர்தம் மொழியறிவு பாடத்திட்டங்களில் இடம்பெற வேண்டும்.

## II. நில உற்பத்தியாக்க அறிவு

வனங்களையும், நிலங்களையும் புனித வடிவமாகப் பார்ப்போர் பழங்குடியினர் ஆவர். மூலிகை மருத்துவச் செடிகள் எவை எவை எந்தெந்த நோய்களைத் தீர்க்க வல்லன எனும் அறிவினைக் கொண்டுள்ளனர். ஆனால், அம்மூலிகை மருத்துவச் செடி, மரம், கொடி இவற்றை முறையே வளர்ப்பதற்கான அறிவு இல்லாதுள்ளனர். அவற்றுக்கு (Herbal Plantation) உலக அரங்கில் பெரிய வரவேற்பு இன்று உருவாகியுள்ளது. இந்திய அரசும் மூலிகை மருத்துவச்செடி கொடி வளர்ப்புக்கு நிதிஉதவி அளிக்க முன்வந்துள்ளது. மலையின மக்கள் மூலிகை மருத்துவ அறிவு கொண்டோராகவும் உள்ளனர். நிலங்களில் சாகுபடி செய்யும் திறன் கொண்டோராகவும் உள்ளனர். இவ்விரு திறனும் ஒரு நோக்கத்திற்காக ஒருங்கிணைக்கப்பட்டுச் செயலாக்கத்திற்கு வித்திட வேண்டிய கவன ஈர்ப்பினை நாம் பழங்குடி மக்களுக்கு அளிக்க வேண்டும்.

எல்லாவிதச் சூழல்களிலிருந்தும் பழங்குடி மக்களுக்கு வருமானம் வரும் வழியை உருவாக்க வேண்டும். குடும்பச் செலவுபோக மிஞ்சும் வருமானம் அதிகரிக்கும்போது மட்டுமே வாழ்க்கைத்தரம் பழங்குடியினருக்கு உயரும் வாய்ப்புள்ளது. அம்மக்களிடம் உற்பத்தியாகும் பொருள்களைக் குறிப்பாகக் காப்பி, மிளகு, மஞ்சள் போன்ற பொருள்களை வணிக மையப்படுத்தும் போதுதான் இடைத்தரகர்கள் இல்லாத வணிகம் நடைபெற மையங்கள் உண்டாக்க வேண்டும்.

கொண்டுள்ள இளைஞர்களைக் கண்டறிந்து தனித்த பயிற்சி அளித்து அவர்களை உருவாக்குவதன் மூலம் அவர்களது வாழ்க்கை முன்னேற்றத்துக்கும் நாட்டின் சிறப்புக்கும் வழி ஏற்படுத்த இயலும். இட ஒதுக்கீட்டின்படி அனைத்துத் துறைகளிலும் மலையினப் பழங்குடி மக்களுக்கு வாய்ப்பளிக்கப்பட வேண்டும். மேலும் நவீனக் கல்வி, வணிகம், கணினி, விளையாட்டுத்துறை போன்ற துறைகளில் மலையின மக்கள் கல்வி பெறத்தக்க வகையில் அமைக்கப்பட வேண்டும். கிரிக்கெட் விளையாட்டில் தாழ்த்தப்பட்ட, பழங்குடி மக்கள் இடம்பெறவில்லை என்பது இங்கு வருத்தத்துடன் எண்ணுதற்குரியதாகும். குறிப்பாக விளையாட்டுத் துறையில் இட ஒதுக்கீடு கட்டாயம் கடைப்பிடிக்கப்பட வேண்டும். இதன் வழி வீரிய மிக்க விளையாட்டு வீரர்கள் நமக்குக் கிடைப்பார்கள்.

**நம்பிக்கை; சடங்கு முறைகள்:** நம்பிக்கைகள் சடங்கு முறைகளுடன் தொடர்புடையவையாகப் பெரும்பாலும் விளங்கும். சடங்கு முறைகளில் தொல் பழங்குடி வாழ்வியல் முறை வெளிப்படும். சடங்கு - கலை நிகழ்த்தும் (Ritual - performance) முறைக்கு உள்ள உறவு தனித்த கவனத்திற்குரியது. நிகழ்த்து முறைகளில் மக்களின் உறவுமுறை பலப்படுத்தப்படுகிறது. பள்ளிகளில் இவர்களுக்கான பாடத்திட்டங்கள் இவர்களது வாழ்வியல் முறைகளுடன் இயைந்து விளங்குவதாக அமைய வேண்டும். கல்வி முறையில் புதிய மாற்றம் இவ்வாறு ஏற்படும்போது மட்டுமே பழங்குடி இளைஞர்கள் வாழ்க்கைக்கான கல்வியைப் பெற்று முன்னேற வழி பிறக்கும். விளையாட்டு, பாடல், ஆடல் இவற்றுடன் இயைந்த பாடத்திட்டமாக அமையும்போது கல்வியை எளிதாக அடைய வாய்ப்புக் கிட்டும். அரசு உண்டு (Residence School) உறைவிடப் பள்ளிகளில் மலையின

நவீனக்கலைகள் (Modern Arts) என்பவை பழைமையின் அடித்தளத்திலிருந்து உருவாக்கப்பட்டு வருபவை ஆகும். அது இசை வகைகளில் பாப் இசை, ராக் இசை, ஜாஸ் இசை எனப்படும். அவற்றின் தன்மை, பாடும் முறை தொல்குடிமக்கள் வழங்கிக்கொண்டு வந்துள்ள முறைமை (Style)களிலிருந்து புதிதாக உருவாக்கப்படுவை. இதுபோலவே 'பாலே' போன்ற நடனங்களும் பழமையான (Community Dance) ஆட்ட அடவுமுறைகளின் திரிபுகளிலும் புதுவகை உத்தி முறைகளிலும் வழி நின்று உருவாக்கப் படுபவை என நாம் உணர வேண்டும்.[2]

கோத்தர்களின் வீடுகளில் உள்ள கட்டில்கள், வேட்டைக்கான ஆயுதப் பயன்பாட்டு முறைகள், சடங்குகள் செய்ய வேண்டித் தேவைப்படும் பொருள்கள், செய்யும் உத்தி முறைகள், மத்தளங்கள், கொம்பு, பீக்கி போன்ற இசைக்கருவிகள் செய்யும்முறைகள் ஆகியவற்றை இயக்கும் முறைகளும் கவனத்திற் கொள்ளத்தக்கவை ஆகும்.

**விளையாட்டுக் கலை:** வீர விளையாட்டுகள், சண்டைப் பயிற்சி, வேட்டையாடும் உத்தி முறைகள் இவை இளைஞர்களுக்குப் பரம்பரை பரம்பரையாய்க் கல்லாமலே வரும் கலைகள் ஆகும். "The performing tradition of the Tribal children has not been recognized, eitherly parents or by the Government authorities" சர்வதேச விளையாட்டு அரங்குகளில் ஆட்டம், பளுதூக்குதல் போன்றவைகளில் தொல்குடி மரபு சார்ந்த வாழ்க்கை வழி வந்தோரே வெற்றி பெறுவது கூடுதலாக உள்ளது. உரத்த உடல்வளம், மரமேறும்திறன், ஓடும் திறன், பளுதூக்கும் உடற்திறன், தேன் எடுத்தல், விலங்குகளை வேட்டை யாடுதல் போன்ற மூளை வளத்திறன்கள் மலையின பழங்குடி மக்களிடம் இயல்பாக உள்ளன. இவற்றைக்

2. Indian Folkore congress, March, 12-15, 1990. Patiala.

(mind) திருப்தியும் ஈடுபாடும் கொள்ளும்போதுதான் செயல்பாட்டளவில் வெற்றிகிட்டும்.[1]

**கைவினைப் பொருள்கள்:** தோடர் தாங்கள் அணிந்துகொள்ளும் வெண்ணிற ஆடைகளில், கரைகளில் (முந்தானைகள்) கைகளால் பின்னி வரையும் வண்ணமிகு காட்சிகள், அவர்தம் குடிசை செய்யும் கைநேர்த்தி முறைகள், தோடர்களின் உடம்பில் வரைந்து கொள்ளும், பச்சை குத்திக் கொள்ளும் கலை உணர்வு, அவற்றில் இடம்பெறும் கோலங்களின் முறைகள் போன்றவையும் இன்னபிற கைவினைப் பொருட்களும் இன்றைய தலைமுறைத் தோடர் இன இளைஞர்கள் கருத்தில் கொள்ள வேண்டிய கலைப்பொக்கிசங்கள் ஆகும். தலைமுறை இடைவெளிகளில் தடைபட்டுப்போன பலவற்றில் இவைபோன்ற கைவினைப் பொருட்களும் ஆகும். இவ்வினத்துக்கே உரிய கைவினைப் பொருட்களை உருவாக்கும் முறைமைகள் முறையே பயிற்சிப் பட்டறைகள் வழிகற்றுக்கொடுக்கப்பட்டு இளைஞர் களுக்கு இக்கைவினைக் கலைத்திறன் கையளிக்கப்பட வேண்டியுள்ளது. தோடர் இனப்பெண்கள் துணிகளில் பின்னலிட்டு வரையும் வண்ணக் கோலங்கள் (எம்ராய்ட்) கவனத்துக்கு உரியன. அவர்களுக்குத் தையல் கலைக் கருவிகள், வணிக மையம் ஏற்படுத்தி ஒருங்கிணைத்துச் செயற்பட வாய்ப்பளித்தால் தோடர் இனப் பெண்கள் முன்னேற்றத்துக்கு வழிகிட்டும்.

---

"In so far so Kothars are concerned, they are settled in seven villages where they own their traditional patta lands. Their total population is 1400 and the cultivate their own lands like other communities.

1. Tribal Children: Towards performing Arts Dr. Chummar Chundol Prof. and Head of Dept. of Sanskrit, Trichur, Kerala.

ஆய்வுக்கான தரவுகளைச் சேகரிக்க எளிதாகவும், நுட்பமாகவும் செய்ய இயலும்.

**ஓவியக்கலைகள்:** ஒவ்வொரு இனத்தாரும் ஓவியக் கலையைக் கொண்டுள்ளனர். நீலகிரி மலைத்தொடர் களில் காணலாகும் பாறை ஓவியங்கள் கவனிக்கத்தக்கவை.

**வேட்டைத்தொழில்**

**மேய்ச்சல் தொழில்**

**விவசாயத் தொழில்**

போன்ற தொழில்களிலிருந்தே சமூகம் மெல்ல வளர்ந்து கொண்டு வருகிறது. பாறைகளிலும், மரங்களிலும் நிலமுற்றங்களிலும் சமூக வளர்ச்சிக்கேற்ப அந்தந்த இனக்குழு ஓவியக்கலைகள் வழித் தங்கள் தொழில், வாழ்க்கை முறை போன்றவற்றைப் பதிவு செய்து வரைந்து வைத்துள்ளனர்.

நிலங்களில் ஈடுபாடு என்பது நீலகிரி மலையின மக்களிடையே கூடுதலாகக் கோத்தர்களிடையே காணப்படுகிறது. இவர்களிடமே கலை, கலாசாரம், ஓவியம், பச்சை குத்துதல், உடை, ஒப்பனைகளில் கைவினைத் திறன்கள் என நிறையக் காணமுடிகிறது. மலையின மக்கள் கொண்டுள்ள வாழ்க்கை - தொழில் இவைகளைக் கணக்கில்கொண்டு வளரும் தலை முறைக்குத் தொழிற்கல்வி அளிக்க வேண்டியுள்ளது. இம் மாதிரியான இனம் சார்ந்த தொழிற்கல்வி வேலைவாய்ப்பு, வருமானம், சமூக மதிப்பு போன்றவற்றிற்கு வழி தரும். மலையின மக்களுக்கான மேம்பாடு குறித்து அரசு எத்திட்டம் முன்வைத்தாலும் அம்மக்கள் மனதளவில்

தனித்துவத்தன்மை கொண்டவையாகும்.[4] இவற்றைப் படங்கள் வழிப் பதிவு செய்வதற்குப் பிறர் முன்வருவதைவிட இச்சமூகத்திலிருந்தே வெளிவரும் திறன்மிக்க கேமரா நுட்பக்கல்வி பயின்றவர்கள் இலகுவாக, இயல்புத்தன்மை குன்றாத வகையில் செய்ய இயலும். மலையின மக்கள் பிற நாட்டுப்புற மக்களின் (Ethnic Arts) இன இசை, இன அடையாளக் கலைகளை மக்களிடம் கொண்டு செல்லத் தனித் தொலைக்காட்சி (Channels) அலைவரிசைகள் ஏற்படுத்தி வேலைவாய்ப்புக்கு வழி செய்யலாம். இதன் வழியே நமது மண்ணின் கலையறிவும் கலை உணர்வும் இவர்களிடையே தோற்றுவிக்கலாம்.

படமெடுக்கும் கலைநுட்பக்கல்வி இவர்களுக்கு வழங்கப்படுமேல் இவர்கள் அத்தொழில்கொண்டு அவர்தம் சடங்குகள், வாழ்வியல் முறைகள் இவற்றைப் பதிவு செய்து மானுடவியலார், நாட்டுப்புறவியலார், இசைத்துறையாளர், மொழியியலார் போன்ற துறையினருக்குக் களப்பணியாளர்களாகச் செயல்பட முடியும். தொழில்நுட்பம் மட்டும் தெரிந்தோருக்கு மலையின மக்களின் வாழ்வியல் முறைகளில் உள்ள செறிவுகளை எளிதில் புரிந்துகொள்ள இயலாத நிலையில் ஆய்வுக்குத் துணையாளராக அமைத்துக்கொள்ள வாய்ப்புண்டு. சிறந்த கல்வி பெறும் மலையின மக்கள் மேற்சொன்ன துறைகளில் அவர்களே ஆய்வுகளையும் மேற்கொண்டால் அச்சமூகத்துக்கே பயன்தரும். பிற சாதியினர் குறிப்பிட்ட சாதிச்சடங்கு முறைகளைப் படம் எடுத்துப் பதிவு செய்ய இயலாத நிலை உள்ளது. அந்தந்தச் சாதியிலேயே பதிவு, படப்பதிவு செய்ய முன்வரும்போது

---

4  Castes and Tribes of Southern India, Volume-5, k to m. Cosmo Publications, Delhi, Page 207-232.

இங்கு வாழும் தோடர், கோத்தர், இருளர், குரும்பர் போன்றோரிடம் ஆட்டங்கள் உண்டு.[3] பாட்டுக்கள் உண்டு. பாடல்களில் நல்ல இசை வகைகள் உண்டு. இசைக் கருவிகள், நல்ல இசை வகைகள் உண்டு. இசைக்கருவிகள் (தோடர் தவிர்த்து) கொண்டு இசைக்கும் வல்லமை கொண்டுள்ளனர்.

**தோடர்:** கும்மி ஆட்டம், கைகோர்த்தாடும் ஆட்டம் (மகளிர்), கைத்தடி ஆட்டம், கைகோர்த்தாடும் ஆட்டம் (ஆடவர்).

**கோத்தர்:** 1. கால்கூஸ் ஆட் (காலடி துள்ளல் ஆட்டம்)

2. திருகளாட் (திரகல் ஆட்டம்)

3. பிப்பாலாட் (முன்பின் வந்தாடும் ஆட்டம்)

4. கொய்னாட் (குனிந்து சுழன்றாடும் ஆட்டம்)

**இருளர்:** வட்டக்கும்மி ஆட்டம்

ஒவ்வொரு பழங்குடிகளும் தங்களுக்கேயான கலை வடிவங்கள் (Community Dance) கொண்டுள்ளன.

பழங்குடி இசை நிகழ்ச்சிகள், கலை நிகழ்ச்சிகள் நடத்தும் குழுக்களாக அவை ஊடகங்களையும் நாடுகளையும் தாண்டிப் பயணம் செய்யத்தக்க குழுக்களை உண்டாக்கலாம். அதற்கான பயிற்சிப் பட்டறைகள் நடத்தலாம்.

பழங்குடி மக்கள் கொண்டுள்ள ஆடல், பாடல் கலைகள், உடை, ஒப்பனை முறைகள் போன்றவை

3. நீலகிரி மலையின மக்கள் ஆட்டங்கள் (தோடர், கோத்தர், இருளர்) கே.ஏ. குணசேகரன், தமிழ்ப் பல்கலைக்கழகம், ப.20, 40.

விட்டு வெஜிடேரியனாக சமஸ்கிருத மந்திரங்களை[1] உச்சரிப்பவர்களாக வளர்க்கப்படுகின்றனர்.

"ஆதிவாசிகள் குடியிருப்புகளை அழித்து நர்மதா அணை கட்டப்பட்டபோது ஆதிவாசிகளை இணைத்து மேதா பட்கர்[2] இந்தியா முழுதும் பேசப்படத்தக்க போராட்டத்தை நடத்தினார்".

ஆதிவாசிகள் வெவ்வேறு போராட்டங்களுக்குப் பயன்படுத்தப்பட்டு வருகின்றனர். அரசியல் விழிப்புணர்வு ஆதிவாசிகளுக்கு அவசியம் தேவைப்படுகின்றது. சமூகம் எவ்வாறு உள்ளது, சமூகத்தால் ஆதிவாசிகளுக்கு உரிய சமூக மதிப்பு எவ்வாறு உள்ளது, சுரண்டல் முறைக்கு ஆளாகும் நிலை குறித்த அறிவு என்பன மலையின இளைஞர்களுக்குத் தேவையாக உள்ளன. மனித உரிமை குறித்த அறிவு, சுயமரியாதை குறித்த அறிவு அரசியல் விழிப்புணர்வு இவை குறித்த ஞானம் இவர்களுக்குப் புகட்டப்பட வேண்டியுள்ளன.

I. கலை குறித்த அறிவு
II. நில உற்பத்தியாக்க அறிவு
III. மருத்துவ அறிவு

போன்ற இம்மூன்றும் தொல்குடிமக்களிடம் இயல்பாக உள்ளன.

## I. கலை குறித்த அறிவு

தமிழக மலையின மக்களிடம் குறிப்பாக நீலகிரி மலையின மக்களிடம் கலை அறிவு கூடுதலாகவே உள்ளது.

---

1. கறுப்பு "மறுத்தலின் சக்தியாய் மாறுவோம்" (தொ.ஆ) சுகனும் சக்தியும், ப.33.

2. மேலது, ப.29, புத்தானத்தம் - 621 310, அடையாளம் பதிப்பகம், டிசம்பர் 2002.

தாகம் முனைப்புடன் அதிகரித்து வருவது உலகெங்கிலும் உள்ள மலையின மக்களிடையே காணும் நிலையாகும்.

மலையின மக்கள் தங்களை இயக்கமாகத் திரட்டிக் கொண்டு அடையாளப்படுத்திக் கொள்ளும் திறனை வளர்த்துக்கொள்ள வேண்டும். மலையின மக்களுக்கான பாதுகாப்புச் சங்கங்கள் உள்ளன. (எ.கா.) கல்யாணி (பழங்குடி இருளர் பாதுகாப்புச் சங்கம்), லூசியானா, வி.பி. குணசேகரன் 'இவர்கள் தலைமையில் தமிழகத்தில் மலையின மக்களுக்கான அமைப்புகள் உள்ளன. எனினும், அறிவுத்தளத்தில் மலையின மக்களிடையே அவர்களாலேயே இயக்கங்கள் உருவாக்கப்படவும் பலப்படுத்தப்படவும் தேவையுள்ளது.

சுதந்திரம் அடைந்து அரை நூற்றாண்டுக்கும் மேலாக ஆகியும் இந்த மலையின மக்கள் இயல்பான முன்னேற்றமான வாழ்க்கையை வாழ இயலாத நிலையில் உள்ளனர். காலங்காலமாக மலையின மக்கள் பிறர் வாழ்க்கைத்தரம் பெற அடித்தளமாக விளங்குகின்றனர். "ஏழ்மையின் அடியாழத்தில் இருக்கும் குடும்பங்களில் இருந்தும் நாட்டின் வடகிழக்கு மற்றும் ஆதிவாசிகள் வாழும் இடங்களில் இருந்தும் மாணவர்களைத் தேர்ந்தெடுத்துத் தனது 'ஸேவாதளம்' எனும் பள்ளிகளில் பயிற்சி அளிக்கப்படுகிறது. நவீனக்கல்வி, நவீன வசதிகள் பற்றி எண்ணிப் பார்க்கவே முடியாத குடும்பத்திலிருந்து வரும் இந்த மாணவர்கள் ஆர்.எஸ்.எஸ்.ஸிற்கு முழு நம்பகமாக, நன்றியுள்ளவர்களாக அங்கங்கே வளர்கிறார்கள். இவர்கள் தங்களது மாமிச உணவுப் பழக்கத்தை

---

* இக்கட்டுரை (மே 2003) 'புதிய கோடாங்கி' இதழில் வெளியானது.

## 4. பழங்குடி இளைஞர்கள் வருமான வாழ்வுக்கான வழிமுறைகள் – பரிந்துரைகள்*

இந்த மண்ணின் பூர்வீகக் குடிமக்கள் மலையின மக்கள் ஆவர். உலகெங்கிலும் மலையின மக்கள் அந்தந்த நாட்டு மக்களின் மரபுகளுக்குச் சொந்தக்காரர்களாக விளங்குகின்றனர். அமெரிக்காவில் செவ்விந்தியர்கள் வாழ்ந்த வாழ்க்கையையும் வாழ்ந்த மண்ணையும் எடுத்துக்கொண்டு ஆதிக்கம் செய்ய முற்பட்டபோது புது வாழ்க்கையையும் நாட்டையும் உருவாக்கியதோடு, பூர்வீகக்குடி மக்கள் முன்னேற வேண்டிய வசதிகளையும் அரசு செய்து வருகிறது. ஆஸ்திரேலியாவில் வாழ்ந்த பூர்வகுடி மக்களிடமிருந்து பெற்றதே இன்றைய ஆஸ்திரேலியாவாகும். மண், மொழி, வாழ்க்கை, உரிமை, முன்னேற்றம், மரபு இவற்றை வந்தேறிகள் அபகரித்துக் கொண்டதை உணர்ந்து இன்று 'மன்னிப்புகேள்' எனும் முழக்கத்தோடு போராட்டம் நடத்தும் சூழலுக்கு மலையின மக்கள் தள்ளப்பட்டுள்ளனர். இந்தியாவில் 'சந்தால் மலையின மக்கள், வனத்துறையின் துணையோடு நிலங்களை அபகரிக்கும் நிலமுதலைகளோடு போராட்டம் நடத்தி இன்று முன்னேறி வருகின்றனர். மலையின மக்கள் சமூக வளர்ச்சியின் ஓட்டத்தில் இயைந்து முன்னேறத் தடை, இயற்கையாகவும், செயற்கையாகவும் தொடர்ந்து ஏற்பட்டு வருகிறது. எனினும் முன்னேறும்

---

\* நீலகிரி மலையின மக்கள் ஆய்வு மையம் (எம். பாலாடா) 12, 13-3-2003களில் நடத்திய கருத்தரங்கில் வாசித்தளிக்கப் பட்டது.)

அமைவதில் தலித் அரங்கு கவனம் கொள்ள வேண்டும். பெட்டி வடிவ அரங்கு, அதற்கான ஒழுங்கு போன்றவைகளைப் புறக்கணித்துவிட்டு மக்களே நாடகவெளி, மக்களே நாடக அரங்கு, மக்களே கலைஞர்கள் மற்றும் விமர்சகர்கள் என்ற நிலையில் கட்டமைக்கப்பட வேண்டும். பிரதி என்பது கட்டுடைக்கப்பட்டுக் கலைஞர்களின் அனுபவங்களோடு கூடிய வெளிப்பாட்டில் சுதந்திரத் தன்மையுடன் இயங்கும் வெளிப்பாட்டுத் தன்மையுடன் நாடகம் வெளிப்படுவதில் தலித் அரங்கியலார் அக்கறை கொள்ள வேண்டும். அனுபவங்களை உட்கொண்டவாறு தலித் அரங்கியல் காலத்திற்கேற்ப தகவமைத்துக் கொள்வதில் கவனம் செலுத்த வேண்டும்.

பிரச்சினைகளை ஆராய்ந்து பார்த்துத் தேர்தல், மக்களுடன் பகிர்ந்து பொதுக் கருத்தியலை உருவாக்குதல், தீர்வை நோக்கி, மக்களைச் சிந்திக்கவும் செயல்படவும் தூண்டுகோலாக அமைத்தல் எண்ணும்படியான நிலைகளில் தலித் அரங்கியல் இயங்க வேண்டும்.

Selection of the Problem ------> creating awarness among the Dalit People ------> result oriented planand action என்பதாக தலித் அரங்கியலுக்கான கோட்பாடாகத் தற்காலிகமாக வகுக்கலாம்.

சொலவடைகள், பழமொழிகள் போன்ற வட்டார வழக்குகளை உள்ளடக்கியவாறு உரத்த தன்மையுடன் நாடக வெளியைக் கட்டுடைக்கும் தன்மையோடு மொழி வெளிப்பாடுகள் அமைவது இயல்பு.. வன்முறைக்கு உட்பட்டு, தாழ்த்தப்பட்டு, இழிவுபடுத்தப்பட்டு, சிறைவைக்கப்பட்டு, ஆதிக்க உணர்வுகளின் பல்வேறு தள நடவடிக்கைகளுக்குக் கட்டுப்பட்டு வந்தவைகளாகத் தலித் உடல்கள் இருக்கின்றன. (கலக மொழி, பக். 125-126) இந்தஉடல்களின் வழியாக ஒடுக்கிய அரசியல் தன்மை, ஓரங்கட்டப்பட்ட கலாசாரத்தன்மை வெளிப்படுகின்றன. மாற்று உடல்களைத் தேடுவதாகவும், மாற்றுக் கலாசாரத்தைத் தேடுவதாகவும் தலித் அரங்கியல் செயல்பட வேண்டியுள்ளது.

## வெளிப்பாட்டு முறை

மக்களை உள்ளடக்கிய பங்கேற்பிற்கும், விமர்சனத் திற்கும் வாய்ப்பளிக்கின்ற தன்மையோடு தலித் அரங்கு வெளிப்பட வேண்டும். பெருந்திரளான பார்வையாளர் களைக் கொண்ட அரங்கை விடுத்து ஒவ்வொரு பார்வை யாளரும் நெருங்கிய தொடர்புடன் ஈடுபடுவதற்கான வாய்ப்பை நல்கும் அரங்காக தலித் அரங்கியல் அமைய வேண்டும்.

ஒடுக்குதலுக்கு ஆளான அனுபவங்களைக் கொண்ட கலைஞர்கள் பங்கேற்கும் கலைப்படைப்புகளில் வெளிப்பாட்டுத் தன்மை சிறந்ததாக அமைந்திருக்கும். நையாண்டி, கிண்டல்தனம் போன்ற உணர்ச்சிகள் மேலோங்கி வெளிப்படுவதில் குறிப்பாக எதிர்ப்பு உணர்வு கிளர்ந்தெழத்தக்க வகையில் நாடக வெளிப்பாடு அமைய வேண்டும். இசை, பாடல், ஆட்டம் போன்ற கூறுகள் விரவி

மொழிகளின் தன்மைகளே சமூகத்தில் எதிர்கொள்ளும் நிலைப்பாடுகளுடன் எதிரே தோன்றும் காலம், வரலாறு, வெளி போன்றவற்றைக் கட்டியம் கூறும் இயல்புடையன. உடல்மொழிகள் கலாசார வழியைச் சுட்டி நிற்பதோடு இயல்பான உடல்மொழிகளைக் கலைத்துப்போடும் தன்மையையும் பெற்றிருக்கின்றன. தலித்துகளின் அடிப்படையான கருத்தியலான சுதந்திரம் பெறுதல் அல்லது அடிமைத் தளையிலிருந்து விடுபடுதலை இலக்காகக் கொண்டு செயல்படுவதால் உடலின் சக்தி, வீரியம், தொடர் நிலைப்பாடுகளுக்கு உட்பட்டதாக அறிவார்ந்த சக்தியோடு வெளிப்பட்டு நிற்கும். ஆடுவதிலும் பாடுவதிலும் நடிப்பதிலும் ஊடாக ஒடுக்கப்பட்ட நிலையைத் தகர்த்தெறிவதான மைய ஆதாரமாக உடல்மொழி செயல்படுகிறது.

நிகழ்த்தப்பட்டுள்ள தலித் நாடகங்களில் நடிகர்களின் உடல்மொழியை மையப்படுத்தியே நாடகங்கள் நிகழ்த்தப்பட்டிருப்பது கவனத்திற்குரியது. கே.ஏ. குணசேகரனின் பலியாடுகள், தொடு, மழி போன்ற நாடகங்களில் உடல்மொழியே நாடகத்தின் மைய ஆதாரமாகக் கொண்டு படைக்கப்பட்டுள்ளன. மு.ஜீவாவின் சேரியின் தாலாட்டு என்ற நாடகத்திலும், கிரேக்க நாடகமான மீடியாவை மொழிபெயர்த்துச் செய்யப்பட்ட ஜீவாவின் தலித் பெண்ணிய நாடகத்தில் உடல்மொழி முதன்மைப்பட்டிருப்பது இங்குச் சுட்டத் தக்கது. அமைதி அரசு நடத்தும் தலித் நாடகங்களில் உடல்மொழியை முதன்மைப்படுத்திச் செய்துவருவதும் இங்கு எண்ணுதற்குரியது.

பேச்சு மொழியைப் முதன்மைப்படுத்துவதும், மொழி வெளிப்பாட்டின்போது, முதுமொழிகள்,

சாதியினரிடமும் நிலப் பண்ணையார்களிடமும் வேலை நிமித்தமாக அவர்களின் அதிகாரங்களுக்குப் பணிந்தும், பயந்தும் வாழ வேண்டிய நிர்ப்பந்தங்களின் அனுபவங்களைப் பெற்று இருப்பதால், இவர்தம் உடல்களும், குரல்களும் ஒடுங்கி ஒலிக்கும் இயல்புகளையும் பெற்றுள்ளன. குரலில் ஏற்ற இறக்கத் தன்மைகளுடன் வெளிப்படும் இயல்புகளைத் தலித்துகள் பெற்றுள்ளனர். எனவே, குரல் ஒலிப்புக் குறித்த பயிற்சிகள் இவர்களுக்குத் தேவையற்றதாகின்றன. இவர்தம் அரங்கியல் நடவடிக்கைகள், சேரிவாழ் மக்களின் அன்றாடச் செயல்பாடுகளை இணைத்து ஆதிக்கச் சக்திகள், அடக்கியாண்ட உணர்வுகள் போன்றவற்றுடன் வெளிப்படுத்தும். அனுபவச் சிந்தனைகளுடன் வெளிப் பாட்டுச் சுதந்திரத்தோடும் குரல்களின், மொழி வெளிப்பாட்டுத் திறனுடனும் இயல்பாகவே வெளிப்படும் தகவமைப்புகளைத் தலித் கலைஞர்கள் மரபு வழியே பெற்றிருக்கின்றனர்.

செவ்வியல் மொழிநடை இவர்தம் இயல்பான பேச்சு மொழிக்கு அந்நியப்பட்டது. எனவே இவர்தம் படைப்பில் பேச்சுமொழி அடங்கிய நாடக மொழியே பின்பற்றப்படுவது சிறந்தது. வெளிப்படுத்தப்படும் செயல்கள் முழுவதுமாக தலித்துகளின் வாழ்க்கையை நோக்கிப் பிரதிநிதித்துவம் தருவதால் மரபு ரீதியாகத் தலித் உடல்மொழிகள், இயல்பான கற்பனையோடும் இயற்கையோடு இயைந்த இயல்புத் தன்மையுடனும் கூடிய, ஆட்டம் பாட்டுகளோடு உடல்மொழியை வெளிப்படுத்தித் தாள அசைவுகளோடு நிகழ்வுத்தள உடல்களாக (Performing body) (கலக மொழி, 2003 பக்.125) வெளிப்படுகின்றன. இவ்வாறு இயங்கும் உடல்

## மொழி : உடல்மொழி

உழைப்பை அடித்தளமார்கக் கொண்டு இயங்கும் இம்மக்களின் அரங்கமொழி என்பது இவர்தம் உடல்மொழியை முதன்மையாகக் கொண்டு விளங்குகிறது. இவர்கள் நாள் முழுக்க உழைக்கும் வர்க்கத்தைச் சார்ந்தவர்களாக இருப்பதால் இவர்தம் உடல் திடமானதாகவும் இலகுவானதாகவும் இயல்பிலேயே அமையப் பெற்றுள்ளது. இதனால் நடிப்பதற்கான தனியான உடற்பயிற்சிகள் எதுவும் இவர்களுக்குத் தேவையற்றதாகிறது. தம் வாழ்வில் தொன்றுதொட்டே இவ்வின மக்களின் வாழ்வு ஆட்டத்தோடும், தாளக்கருவிகளோடும் பின்னிப் பிணைந்திருப்பதாலும், தாள ஞானம் இவர்களின் குருதியில் இரண்டறக் கலந்திருப்பதாலும் தாங்கள் வெளியிட விரும்பும் கருத்துக்களைத் தங்களின் உடல்மொழியான ஆட்டங்களுடனும் பாட்டுகளுடனும் தங்களின் தாளக் கருவிகளின் பக்க இசை தாளவயப்பட்ட பின்புலத்துடனும் வெளிப்படுத்துவதில் இயல்பான ஆற்றலை இவர்கள் பெற்றுள்ளனர் என்பதை யாராலும் மறுக்க இயலாது. அதனால் தலித் அரங்கியல் என்பதை ஆட்டம், இசை பாடல் என்ற கூறுகளைத் தவிர்த்துவிட்டுப் பார்க்க முடியாது.

தலித் மக்களுக்கான மொழிநடை, தனித்த தன்மை உடையது. பேச்சு வழக்கு மொழியை ஆதாரமாகக் கொண்டே நாடகப் பாத்திரங்களின் மொழிநடை அமைவது இயல்பு. தனித்த வெளிகளில் வாழ்க்கை அமைந்த சூழல் இருப்பதனால் இயல்பாக உரத்து ஒலிக்கும் குரல் வளத்தினைத் தலித் மக்கள் பெற்றுள்ளனர். பல நேரங்களில் மேலாதிக்கச்

நையாண்டித் தன்மையும்; கிண்டல் தன்மையும் விரவி இவர்தம் புலமைத் தன்மையுடன் கலந்து இவர்களுக்கான தனித்த அழகியல் தன்மையுடன் வெளிப்படுகிறது. சமஸ்கிருத நாடகம் பிரதிக் கட்டமைப்பிற்குக் கூறப்படும் ஐந்து வகைச் சந்திகளாகிய தொடக்கம், வளர்ச்சி, உச்சம், வீழ்ச்சி, முடிவு என்னும் படிநிலைகளைத் தலித் நாடகம் படைப்புகளில் தேடிக்கொண்டிருக்க வேண்டிய தேவையில்லை.

நடந்த நிகழ்ச்சிகளில் ஒன்றை மக்கள் முன் நிகழ்த்திக் காட்டுவதாகக்கூட தலித் நாடகக் கரு அமையலாம். குழும நிலையில் கலைஞர்கள் இணைந்தவாறு நாடகத்தை மக்கள் முன்பு நிகழ்த்திடலாம். சொல்ல விழையும் கருத்து ஆற்றலோடு வெளிப்படுத்தப்பட்டு அது சேரவேண்டிய மக்களைச் சென்றடைந்திருக்கிறதா என்று பார்ப்பது தலித் அரங்கியலின் முக்கிய நோக்கமாக உள்ளது. கடந்தகாலச் சம்பவங்களையோ நிகழ்காலப் பிரச்சினைகளையோ அடித்தளமாகக் கொண்டு நாடகம் நிகழ்த்தப்படும் போது நாடகத்தைக் காணும் மக்களுக்கோ எதிர்காலச் சந்ததியினருக்கோ ஒரு படிப்பினையைக் கற்பிக்கும் ஊடகமாகவே தலித் நாடக அரங்கியல் அமையும். நடப்பியல், இயல்பியல் தன்மைகளுடன் நாடகக் கருக்கள் உருப்பெறும். தலித் அரங்கியல் பெற்றிருக்கும், ஒரு குறிப்பிட்ட நாடக ஆசிரியரின் நாடகப் பிரதியை மையமாகக் கொண்ட படைப்பாக்கம் தலித் நாடக அரங்கியலில் அமைவதைவிடத் தலித் நாடக அரங்கில் பங்கேற்கும் அனைத்துக் கலைஞர்களின் கூட்டு முயற்சியில் உருவாகும் கலைப்படைப்பாக மக்களின் நாடித்துடிப்புகளை உள்வாங்கிய நிலையில் விளங்குவதே தலித் நாடக தலையாயத் தன்மையாக அமையும்.

தேவை தலித் அரங்கிற்கு இல்லை. மாறாக, எதனைச் சார்ந்தும் இயங்காமல் தங்களுடைய ஆற்றல் மிகு உடல் மொழிகளாலும் வீரியமிக்க குரல் திறன்களாலும், தங்கள் வாழ்வோடு இயைந்து விளங்கும் இசைக் கருவிகளின் துணையோடும் சொல்ல விழையும் பிரச்சினைகளையும், கருத்துக்களையும் யாருக்கு எப்படிச் சொல்ல வேண்டுமோ அப்படிச் சொல்வதற்குத் தேவையான ஆற்றல்களை அவர்களே பெற்றிருப்பதாலும் புறச்சாதனங்களைச் சார்ந்திராமல் மக்களைச் சார்ந்த ஒரு சுதந்திரத் தளத்தில் இயங்குகின்றனர். இந்தச் சுதந்திரமான கட்டுப்பாடுகளற்ற இயக்கத்திற்கு ஏற்பத் தங்களுக்கான அரங்க வெளியைத் தாங்களே தேர்வு செய்யும் சுதந்திரத்தையும் அதில் தடைகளின்றி இயங்கும் சுதந்திரத்தையும் இவர்கள் பெற்றுள்ளனர்.

## வெளிப்படும் கருத்து

தலித்துகள் காலங்காலமாக இழந்தவைகள் பல. அவர்கள் உடலாலும் உள்ளத்தாலும் பாதிப்புக்குள்ளான நிகழ்வுகள் பல மறுக்கப்பட்ட உரிமைகள் பல. அனுபவித்த தீண்டாமை முதலிய கொடுமைகள் பல. மேற்கூறிய இழந்தவை, மறுக்கப்பட்டவை, அனுபவித்தவை என்பன போன்றவை இவர்தம் கலைப்படைப்புகளில் கருப் பொருள்களாக அமைவன இயல்பாகும். இவை தவிர்க்க இயலாதவையாகும். அனுபவித்த பாதிப்புகளை வெளிப் படுத்துவதில் இவர்களுக்குக் கற்பனையோ பொய்மையான புனைவுகளோ தேவைப்படவில்லை. மாறாக, உள்ளதை உணர்ந்தவாறு உண்மையுடன் வெளிப்படுத்துவதே தலித் அரங்கியலின் முதன்மையான குறிக்கோளாக அமைகிறது. எடுத்துரைப்புத் திறனில் அல்லது வெளிப்பாட்டுத் திறனில் அங்ககத் தன்மையும்

கோட்பாடானது வேறானதாகவும் காணப்படுகின்றன. உழைக்கும் மக்களின் அரங்கியலில், உயர்சாதி மக்களையும் அவர்தம் சாதியப் போக்குகளையும் உரிமை மறுக்கும் நடவடிக்கைகளையும் விமர்சித்தும், கிண்டலடித்தும், மறுத்தும், நேரடியாகவோ, மறைமுகமாகவோ, குறியீடாகவோ தங்களின் நிகழ்த்துப் (performance) போக்குகளின் ஊடாக வெளிப்படுத்து கின்றனர்.

கலை இலக்கியங்களில் தலித்துகளின் படைப்புகள் வெவ்வேறு வழிகளில் புதுவகைப் படைப்பாக்கங்கள் வழி உருப்பெற்று வரும் காலமிது. தலித் அரங்கியல் என்னும் கருத்தாக்கத்தை முன்வைத்து நடைபெற்றுவரும் அரங்கியல் முயற்சிகளில் பொதுவகை நீரோட்டம் (mainstream) கண்டுவரும் சூழல் இது. தலித் அரங்கியல் கோட்பாட்டை, நடைபெற்று வரும் தலித் அரங்கியல் முயற்சிகளையும் செயல்பாடுகளையும் கணக்கில் எடுத்துக் கொண்டு தற்காலிகமாக வடிவமைத்துக் கொள்ளலாம். அரங்கியல் கூறுகள் சிலவற்றை எடுத்துக்கொண்டு அவை தலித் அரங்கியலிலிருந்து எவ்வாறு வேறுபடுகின்றன என அறிய முற்படலாம். இதனை 'தளம்' அல்லது 'வெளி' (Space), 'உடல் மொழி' (Body Language) முன்வைக்கும் கருத்து வெளிப்பாட்டு முறை என்ற அரங்கியல் கூறுகளின் வழி நின்று விளக்கலாம்.

## தளம் அல்லது வெளி

செவ்வியல் அரங்குகளில் வெளி என்பது வரை யறுக்கப்பட்ட ஒன்றாக உள்ளது. தலித் மக்களின் அரங்கு வரையறுக்கப்படாத திறந்தவெளியாக உள்ளது. ஒலி பெருக்கிகளின் துணைக்காகவோ ஒளிக்காட்சி அமைப்புகளின் பின்புலத்துக்காகவோ இயங்க வேண்டிய

* ஆனந்தக்கோனாரு
    அறிவுகெட்டுத்தான் போனாரு
* 'முட்டாத்துலுக்கனும் மொரட்டு நாயக்கனும்
    பட்டாளத்துக்கு லாயக்காம்'

என்பதான நாட்டுப்புறப் பாடல்கள் சாதிய ரீதியில் வேறுபட்டு அமைந்திருக்கும் கிராமங்களில் பாடும்போது எதிர்ப்புகள் வர நேரிடும். மக்கள் வாழும் இடம், காலம் கருத்தியல், சூழல், கிராமங்கள்-சாதிகள் குறித்த அறிவும் அவசியம் தேவை.

உணர்வு வழி அனுபவம் (Emotional Experience)

அறிவுத்தளவழி அனுபவம் (Intelectual Experience)

நேரடிக்கள அனுபவம் (Direct Experience)

தகவலறிந்த நிலை அனுபவம் (Indirect Experience)

படைப்பாக்கத் திறன் (Creative Experience)

கலைஞானத்திறன் (Aesthetic Experience)

போன்ற திறன்கள் மக்கள் கலைஞர்களுக்குப் பயிற்சிப்பட்டறை வழியே பெற்றுக்கொள்வது சிறந்த வழி. மேடை அனுபவங்கள் குறித்த அறிவும், உத்திகள் குறித்த அறிவும் மிக மிக அவசியம்.

மேற்குறித்தவை பற்றிய ஆய்வு அவசியம். இவை குறித்த களப்பணி அறிவு, பட்டறை வழிஅறிவு எனக் கலைஞர்கள் பெற வேண்டியுள்ளது. அனுபவம் கொண்டோர் நூல்கள் செய்து வழிகாட்ட வேண்டும். அறிவுத்தளம் சார்ந்தோர் இதுபோன்றக் கருத்தரங்கு களை மையப்படுத்தி நிகழ்த்த வேண்டும்.

வரலாறு, இடதுசாரிச் சிந்தனைகள் கலையில் வெளிப்பட்ட விதம், கலைஞர் கொண்ட அனுபவம் எனும் நிலைகளில் பட்டறிவின் பயனாக இக்கட்டுரை அமைந்துள்ளது. எனினும் இவை தனித்தநிலை ஆய்வுப் பொருளாக எண்ணிச் செயல்பட வேண்டும்.

கேளிக்கை நோக்கு, வியாபார நோக்கு, புகழ் நோக்கு, நோக்கமற்ற நோக்கு கொண்டோர் நாட்டுப்புற கலை இலக்கியங்களைப் பயன்படுத்துவது அம்மக்களின் விடுதலையை மறுதலிப்பது ஆகும். அவர்களை அடிமைப் படுத்தி வைத்திருக்கும் சுயலாப நோக்கம் கொண்டவர் களாவர். உழைக்கும் மக்களின் கலையை எடுத்துப் பயன்படுத்த முன்வருவோர் அம்மக்களுக்கான நியாயங்களைச் செய்யத் தவறும்போது சுரண்டல் செய்கிறார் எனப்பொருள் ஆகும். இவர்களைப் போன்றோர் நாட்டுப்புறக் கலைகளைப் பயன்படுத்துவது குறித்து அறிந்து கொள்வதென்பது நன்றாகச் சுரண்டுவது எப்படி என்பது குறித்து அறிந்து கொள்ளவே என நம்பலாம்.

## தலித் இயக்கங்களும் பயன்பாட்டு நாட்டுப்புறக் கலைகளும்

டாக்டர். அம்பேத்கார் அவர்களின் நூற்றாண்டு விழாவினை அரசே கொண்டாடியதன் தாக்கம் இட ஒதுக்கீடு குறித்த சிந்தனை, சாதியக் கொடுமைகள், கல்விக் கூடங்களிலும், அரசு அலுவலகங்களிலும் தீண்டாமையின் நவீனமயம் (Neo untouchability) கொண்டு செயற்பட்டதன் விளைவுகள் தொடர்ந்து ஆதிக்கச் சாதிகளின் கைகளில் தவழும் அரசியல் இயக்கச் செயற்பாடுகள், சமூக நீதி மறுக்கப்படுவது, மனித உரிமை பாதிக்கப்படுவது, பாபர்

மசூதி இடிக்கப்பட்டு சிறுபான்மை மக்களுக்கு ஏற்பட்ட அவலம் போன்ற பல்வேறு காரணிகள் தலித் இயக்கங்கள் வளர வாய்ப்பு அமைத்துக் கொடுத்தன.

தலித் இயக்கங்களுக்குப் பெரும்பாலும் இடதுசாரி இயக்கங்களிலிருந்தே முன்னணிச் சிந்தனையாளர்கள் வரத்தொடங்கினர். பெரியார் சிந்தனைத் தோழர்கள் கூட்டுறவு, தலித் இயக்கம், தலித் அரசியல் பார்வை கொள்ளச் செய்தது. டாக்டர் கே.ஏ. குணசேகரன் போன்றோர் தலித் இயக்க உறவு பயன்பாட்டு நாட்டுப்புறக் கலைகளை கையில் எடுக்கத் தூண்டுகோல் செய்தது.

நாடகத்துறையில் இது கால்கொள்ளத் தொடங்கி கே.ஏ. குணசேகரனின் பலி ஆடுகள், தொடு, கோப்பு, பாறையைப் பிளந்துகொண்டு என்பன மேலும் டாக்டர் ஜீவாவின் சேரியின் தாலாட்டு போன்ற நாடகங்களின் வழியே தலித் பிரச்சினைகள் பேசப்பட்டன.

வர்க்கப் போராட்டத்திற்குள் தலித்துகளின் விடுதலை கிட்டுமே எனும் இடதுசாரி இயக்கங்களின் கொள்கையிலிருந்து வேறுபட்டு சாதியப் பிரச்சினை தனித்துக் காணவும் தலித் விடுதலையின் தன்மை வேறு என்ற தெளிவு தலித்துகளுக்கு தலித் இயக்கங்கள் அளித்ததனால் தலித்துகள் கலைவடிவங்களைக் கையில் எடுக்க முன்வந்தனர். இடதுசாரி இயக்க மேடைகளில் அனுபவம் பெற்ற கே.ஏ. குணசேகரன் தலித் இயக்கச் செயற்பாடுகளுக்கு உரம் தரும் வகையில் பறையை கையில் எடுத்து சாப்பறை வேறு போர்ப்பறை வேறு எனக் காட்டி மேடைகள் முழுவதும் தலித் கலைஞர்களையே முன்நிறுத்தி இசை நிகழ்ச்சி செய்தார்.

* **தொட்டாலே தீட்டுப்படுமாம் - நாங்க**

  **தொடாத பொருள் எதுவாம்**

பார்த்தாலே பாவதோசமாம் - நாங்க
பார்க்காத காட்சி எதுவாம் (தலித் சுப்பையா)

* இந்துமதச் சிறையினிலே அரிசனங்க - நாங்க
இயற்கையின் படைப்பினிலே சரிசனங்க நாங்க
சொந்த மண்ணில் சுதந்திரமாய் வாழமுடியலீங்க - இது
இந்தியாவில் தோன்றி நிலவும்
ஈனச் செயலுதாங்க (சுப்பையா)

* மனுசங்கடா நாங்க மனுசங்கடா
சதையும் எலும்பும் நீங்க வச்ச
தீயில் வேகுது ஒங்க சர்க்காரும் கோர்ட்டும்
அதில் எண்ணைய ஊத்துது
எதை எதையோ சலுகையின்னு அறிவிக்கிறீங்க - நாங்க
எரியும்போது எவன் மசுரப்புடுங்கப் போனீங்க
(இன்குலாப்)

* வெள்ளக்காரங்க ஆண்டபோதும்
அரிசனங்க நாம் - இப்போ
டில்லிக்காரங்க ஆளும்போதும்
அரிசங்கனங்க - நாம்
(தணிகைச் செல்வன்)

என்பன போன்ற பாடல்கள் மேடைகளில் ஒலித்தன. கிறித்துவத் தன்னார்வத்தொண்டு நிறுவனங்கள் ஆதரவில் தமிழகக் கிராமங்கள்தோறும் இவை போன்ற பாடல்கள் ஒலிக்கத் தொடங்கின. மனுசங்கடா, மனுசி, பறைமுழக்கம், விடுதலை வேர்கள், நெருப்புக் கனல் போன்ற ஒலி நாடாக்கள் வெளிவந்தன. ம.க. இ.க. தோழர்களாலும் தீண்டாமை கூடாது எனும் நோக்கில் ஒலிநாடாக்கள் வெளிவந்தன.

தவில், பம்பை, பறை வகைகள் போன்ற தலித் கலைக்கருவிகளைப் பயன்படுத்தி மேடைப் பாடல்கள் கச்சேரிகள் பரவத் தொடங்கின.

சாதி ஒழிப்பு, சமூக நீதி, தலித் தலைவர்கள், தீண்டாமைக் கொடுமைகள், பெரியார் சிந்தனை போன்றவை இவைபோன்ற மேடைக்கான பாடு பொருள்களாயின. தோழர் திருமாவளவனின் விடுதலைச் சிறுத்தை அமைப்பு இதுபோன்ற இசை நிகழ்ச்சிகளுக்கு களங்களினை அமைத்துத் தருகின்றது.

போராட்ட உத்திமுறைகளில் தலித் கலை நிகழ்ச்சி வாயிலாக நடத்தி வருவதில் தலித் இசை, பாடல், இசைக்கருவிகள், தலித் சொல்லாடல் (narration), கூற்றுமுறை வெளிப்பாட்டுத் தன்மை இவை எவ்வாறு அமைகின்றன என்பன தனித்து ஆராயத்தக்கவையாகும்.

## 7. சாதி மோதல்கள் – தடுக்கும் வழிமுறைகள்

இந்திய சாதியச் சமூகத்தில் கிராமங்கள் கொண்டுள்ள குடியிருப்புகள், வீதிகள், கோயில்கள், சடங்குகள், விழாக்கள், நம்பிக்கைகள், வாழ்க்கை முறைகள் அனைத்தும் சாதியத்தைக் கட்டியங் கூறுபவையாகவே அமைந்துள்ளன. டாக்டர் அம்பேத்கார் நூற்றாண்டை இந்தியா கொண்டாடத் துவங்கிய நாள் முதல் கிராமங்கள் சாதியத்தை நேரிடையாகவும்,மறைமுகமாகவும் வெளிப் படுத்தியுள்ளமையை அவதானிக்க முடியும். அண்மைக் காலங்களில் இந்தியா முழுவதும் தலித்துகளின் படுகொலைகள், இக்கருத்தினை உறுதிப்படுத்துகின்றன. பீகார், ஒரிஸா போன்ற மாநிலங்களில் வாழும் மலையின மக்கள் குழும நிலையில் கொன்று குவிக்கப்படும் சம்பவங்களும் தென் மாநிலங்களில் சுண்டூர், மேலவளவு, புளியங்குடி, குறிஞ்சாகுளம் போன்ற இடங்களில் தலித்துகளின் படுகொலைகள் தொடர்கின்றன.

தமிழ்நாட்டில் தலித்துகளின் படுகொலைகள் சாதிமோதல்கள் வழியே நடைபெறுகின்றன. இச்சாதி மோதல்கள், படுகொலைகள் தடுக்கப்படுவதற்குரிய வழிமுறைகளைக் கண்டறிய முற்படுமுன், என்ன காரணங்களால் இச்சாதி மோதல்கள் நடைபெறுகின்றன என்பதனைக் கண்டறிய வேண்டியுள்ளது.

பின்வரும் காரணங்கள் தமிழகத்தில் நடைபெற்று வரும் சாதி மோதல்களுக்கு அடிப்படைக் காரணங்களாக அமைகின்றன.

- ☆ திருவிழா தொடர்பான கொண்டாட்டங்கள்.
- ☆ காதல் - திருமணம்.
- ☆ சுடுகாடு.
- ☆ ஊர்ப்பொதுச் சொத்துகளில் தலித்துகள் பங்கு கோரல்.
- ☆ தேர்தல்.
- ☆ சிலை உடைப்பு.
- ☆ தேனீர் கடைகளில் தனிக்குவளை.
- ☆ கூலிப் பிரச்சினை.
- ☆ தலித்துகள் சங்கம்நிறுவி அமைப்பாதல்.
- ☆ சாப்பறை அடிக்க தலித்துகள் மறுத்தல்.
- ☆ பஞ்சமி நில மீட்பு.
- ☆ சம உரிமை கோரல்.

இந்தியா குடியரசான பின்பு நடைபெற்ற தேர்தலை முன்வைத்து இட ஒதுக்கீட்டின் அடிப்படையில் தலித்துகளும் தேர்தலில் பங்கெடுக்க முற்பட்டதன் விளைவாக சாதி மோதல்கள் இந்தியாவில் பரவலாயின. தமிழகத்தில் முதுகுளத்தூர் கலவரம் 1957-ல் தேவர்களுக்கும் தேவேந்திர குல வேளாளர்களுக்கும் இடையே தமிழகத்தை உலுக்கும் அளவிற்கு நடந்தது. சமஉரிமை கோரல் என்பது இச்சாதி மோதலுக்கு அடித்தளமாக அமைந்தது. தேவர்கள் ஒன்றுகூடி,

- ☆ தலித் பெண்கள் சேலையை முழங்கால் வரை கட்டிக் கொள்ளவேண்டும்.
- ☆ தலித் பிள்ளைகள் படிக்கலாகாது.
- ☆ பொது இடங்களில் தலித்துகள் தனிக்குவளை போன்ற தனித்துவங்களைக் கொள்ளவேண்டும் என்பதான பல எழுதப்படாத சட்டங்களை பஞ்சாயத்துக்கூட்டம் கூட்டி அமல்படுத்த முனைந்தனர்.

☆ தேவர்கள் செய்த இந்தத் தீண்டாமை குறித்த முடிவுகளைத் தலித்துகள் எதிர்த்தனர்.

தேவேந்திர குல வேளாளர் சமூகத்தைச் சார்ந்த இம்மானுவேல் சேகரன் தலைமை தாங்கிப் போராட்டம் நடத்திய போது, தேவர் சமூகத் தலைவராக இருந்த முத்து இராமலிங்கத் தேவருக்கு இணையாக இருக்கையில் அமர்த்தி மாவட்ட ஆட்சியர் முன்னிலையில் சமாதானப் பேச்சு நடந்தது. தேவர்க்கு இணையாகத் தேவேந்திர குலத்து நபர் இருக்கையில் இருந்து பேச்சு வார்த்தை நடத்திய முறையைப் பொறுக்காத தேவர் சாதியினர், இம்மானுவேல் சேகரனை பரமக்குடியில் வைத்து வெட்டிக் கொன்றனர். இக்கலவரத்திற்குத் தலித்துகள் சம உரிமை கோரியது என்பதே அடித்தளமாக விளங்கியது.

கீழவெண்மணிப் படுகொலை என்பது 1967-ல் நடந்தது. 44 பேர் உயிரோடு தீ வைத்துக் கொளுத்தப்பட்டார்கள். தலித்துகளுக்கு எதிராக நில உடைமையாளர்கள், குறிப்பாக ரெட்டி இனத்தவர் இப்படுகொலையைச் செய்தனர். உழைப்புக்கேற்ற கூலியைத் தலித்துகள் கேட்டது இக்கலவரத்திற்கு அடித்தளமாக விளங்கியது.

1970-ல் விழுப்புரம் கலவரம் நடந்தது. பொது இடத்தில் தலித்துகள் கடைகள் வைத்துக்கொள்ள உரிமை கோரியதன் விளைவாக ஆதிக்கச் சாதியினரால் படுகொலைகள் நடத்தப்பட்டன. 16 பேர் படுகொலை செய்யப்பட்டனர்.

குறிஞ்சாகுளம் படுகொலையில் 4 பேர் கொல்லப் பட்டனர். காந்தாரி அம்மன் சிலை மண்ணால் வடிவமைக்கப்பட்டது. இது தலித்துகளுக்கு உடைமை.

தலித்துகளின் சாமியான காந்தாரி அம்மன் சிலை கல்லால் அமைக்கப்பட்டு லாரியில் சேரிக்குக் கொண்டுவரப்பட்டு நிறுவப்பட்டது பொறுக்காமல் மேலாதிக்கச் சாதியினர் நான்கு பேரை அம்பிகாபதி, அன்பு, சுப்பையா உட்பட நான்கு பேரைப் படுகொலை செய்தனர். இந்தச் சாதி மோதல் படுகொலை என்பது சாமியை மையமாக வைத்துத் திருவிழாக் கொண்டாட்டத்தின் தொடர்பில் நடந்துள்ளது.

தாமிரபரணி ஆற்றில் 17 பேர்கள் ஆண்கள், பெண்கள், குழந்தைகள் எனப் படுகொலை செய்யப் பட்டனர். இப்படுகொலை தேயிலைத் தோட்டத்தில் சங்கம் வைத்து உரிமை கோர முற்பட்டதும், கூலியை முறைப்படுத்திக் கொடுக்க வேண்டியும் போராட்டம் நடத்தியதன் அடிநிலையில் போலீஸ்காரர்கள் ஆதிக்கச் சாதியினரின் தூண்டுதலின் பேரில் இதனை நடத்தினர்.

கொடியங்குளம் படுகொலையில் 13 பேர்கள் மாண்டனர். கொடியங்குளத்தில் வாழும் தலித்துகள் பெரும்பான்மையோர் வெளிநாடுகளில் பிழைப்போர், வெளிநாடுகளில் உழைப்போர் இங்குள்ள தம் பெண்டு பிள்ளை உறவினர்களைப் பொருளாதார நிலையில் முன்னேற்றமடையச் செய்துள்ளனர். அக்கம்பக்கம் சுற்று வட்டார ஊர் தலித் கிராமங்களுக்குக் கொடியங்குளம் தலித்துகள் பல நிலைகளில் உதவிகரமாகவும், பொருளாதாரம் மற்றும் சமூக மதிப்பு நிலையைக் கூட்டி நிலைநிறுத்தும் முகமாகவும் இருந்தனர். பொருளாதார நிலையில் சற்று முன்னேற்றம் கண்டுள்ள தலித்துகளின் வாழ்க்கை நிலை இயல்பு நிலையிலிருந்து மாற்றமடைந்து வளர்கின்ற போக்கினைச் சகிக்காத பழைய சனாதன விரும்பிகளான உயர் சாதியினர் கொடியங்குளத்தில் சாதிமோதலை உருவாக்கினர். பதின்மூன்று பேர்கள்

தலித்துகள் படுகொலை செய்யப்பட்டனர். பொருளாதார மேம்பாடு ஏற்பட்டாலும் மனநிலையில் சாதியத்தைக் காப்பாற்ற முனைந்துள்ள உயர் சாதியினரின் தீண்டாமை உணர்வு இப்படுகொலைக்குக் காரணமானது.

செங்கல்பட்டு மாவட்டத்துக் காரணையில் பஞ்சமி நில மீட்புக்காகத் தலித்துகளுக்கும் உயர்சாதிக் காரர்களுக்கும் மோதல் நடைபெற்றது. இதில் இரண்டு பேர்கள் படுகொலை செய்யப்பட்டனர். பஞ்சமர்களான தலித்துகளின் நிலங்கள் ஆதிக்கச் சாதியினரால் கைக்கொள்ளப்பட்டமையை மீட்டெடுக்க தலித்துகள் உயிர்ப்பலி செய்ய வேண்டிய அவலம் நடந்துள்ளது.

மதுரை மேலவளவில் 6 பேர்கள் ஓடும் பேருந்தில் வழிமறித்துக் கொலை செய்யப்பட்டனர். தேர்தலில் பங்கெடுக்க ஜனநாயக முறையில் நடந்துகொண்ட முருகேசன் உள்ளிட்ட தலித்துகள் ஆறு பேர் படுகொலை செய்யப்பட்டனர். பாப்பாரப்பட்டி, கீரிப்பட்டி, நாட்டார் மங்களம் போன்ற ஊர்களில் தலித்துகள் தேர்தலில் பங்கெடுக்க அனுமதி மறுக்கப்பட்டுள்ளனர். ஆதிக்க சாதியினரின் வெறிச்செயல் தொடர்ந்து வருகிறது. உயிருக்குப் பயந்துபோய் தலித்துகள் தேர்தலில் பங்கெடுக்க முடியாத சூழல் உள்ளது. சுதந்திரம் அடைந்து ஐம்பது ஆண்டுகளைக் கொண்டாடியுள்ளோம் என்பது இங்கு எண்ணத்தக்கது. தலித்துகளுக்கு இன்னும் சுதந்திரம் சென்றடையாத நிலையே தொடர்கிறது.

புதுவை மாநில எல்லையோரமுள்ள பனையடிக் குப்பத்தில் கந்தன், சேகர் ஆகியோர் சாதிக்கொடுமைக்கு உயிர்ப்பலியாகி உள்ளனர். கந்தன் இந்திய கம்யூனிஸ கட்சியின் பொறுப்புள்ள தோழர். சேகர் சட்டம் படித்துள்ள பட்டதாரி ஆவார். கூலிப் போராட்டத்தின்

விளைவாக இந்தச் சாதி மோதலும் தலித் பலியும் நடந்துள்ளது.

> 'குளப்பாடி கிணத்துத் தண்ணி புள்ளையச் சுட்டது
> தண்ணியும் தீயாய்ச் சுட்டது - இந்த
> ஆண்டைகளின் சட்டம் எந்த
> மிராசைத் தொட்டது'

என்பது கவிஞர் இன்குலாப் எழுதிய பாடல். தலித் சிறுவர்கள் மூன்று பேர்கள் உயர் சாதிக்காரரின் கிணற்றில் குளித்ததற்காகவும், அதனால் தீட்டுப்பட்டு விட்டது என எண்ணியதன் விளைவாகவும் கிணற்றில் இருந்த தண்ணீர் குழாய்களில் (பம்புசெட்) மின்சாரம் பாய்ச்சி, சாதி குறித்து அறியாத சிறுவர்களைச் சாகடித்துள்ள கொடுமை நடந்துள்ளது. தண்ணீர், மின்சாரம், சிறுவர் எனச் சகட்டுமேனிக்குத் தீண்டாமை பல வடிவமெடுத்துப் பாய்ந்துவிடும் கொடுமை இன்னும் தொடர்கிறது.

சாப்பறை அடிக்க இனி எங்கள் தலைமுறையினர் மாட்டோம், வேலை செய்து கூலி பெறும் காலமிது. ஆண்டாண்டுக் காலமாக அடிமைகளாய் இருந்த நிலையை மாற்றப் போகிறோம். இனிமேல் உயர் சாதிக்காரர்களின் சாவுக்குக் கூலியின்றிச் சாப்பறை கொட்டும் அடிமை வேலையைச் செய்யமாட்டோம் என மறுத்ததால் தஞ்சை, வல்லம் கிராமம் அருகே பறையர் ஒருவரது பெருவிரலைச் சாதி வெறியர்கள் வெட்டித் துண்டாக்கியுள்ளனர். ஏகலைவனின் பெருவிரல் நம் நினைவுக்கு வருகிறது.

செந்நகரம்பட்டி மேலூர் அருகேயுள்ள கிராமம். இங்கே கோயில் நிலம் பொதுவானது. இப்பொதுச்

சொத்தில் 'குத்தகையில் பங்கு' கோரிய தலித்துகள் அம்மாசி, வேலு ஆகிய இருவர் சாதி இந்துக்களால் ஆடு மாடுகளின் கழுத்தை அறுத்துக் கொல்வதுபோல் அவர்களின் கழுத்தை அறுத்துக் கொலை செய்துள்ளனர்.

வழுதாவூர் விழுப்புரம் மாவட்டத்தில் உள்ள கிராமம். ஊர்ப்பொதுச் சொத்தில் தலித்துகள் பங்கு கேட்டதற்காக தலித்துகள் கொலை செய்யப்பட்டதோடு சாதி மோதல் உருவானது (1997) புளியமரம் குத்தகைக்கு விடும்போது, இம்முறை நாங்கள் பங்கேற்கிறோம் என தலித்துகள் உரிமை கோரியதால் இச்சம்பவம் நடைபெற்றது. சாதிமோதலில் வன்னியர் ஒருவரும் தலித் ஒருவரும் மாண்டனர். வழக்கு மன்றம் (21) இருபத்தோரு பேருக்கு ஆயுள் தண்டனை வழங்கியது. 21 பேரும் தலித்துகள் என்பது குறிப்பிடத்தக்கது.

புளியங்குடி சிதம்பரம் அருகேயுள்ளது. வன்னியர் சாதியினர் சாராயம் காய்ச்சி விற்பதைத் தலித் பெண்கள் சங்கமாகக் கூடி எதிர்த்தனர். 3 பேர் தலித்துகள் உழைத்துக் களைத்துப்போய் தங்கள் குடிசையை ஒட்டிய காவிரியோர மரத்தடியில் படுத்துறங்கியபோது நியாயம் கேட்பதற்குத் தலித்துகளுக்கு என்ன உரிமையிருக்கிறது என்ற தீண்டாமை உணர்வில் மூவரைக் கழுத்தறுத்துக் கொலை செய்தனர்.

தொடர்ந்து நடைபெற்று வரும் தீண்டாமைக் கொடுமைகள், சாதி மோதல்கள் நடைபெறுவதைத் தடுக்கும் வழிமுறைகளாகப் பின்வரும் கருத்துகளை முன்மொழியலாம்.

அரசின் பொதுச் சொத்துகள் ஊரில் வாழும் நிலமற்ற மற்றும் பொருளாதார நிலையில் குறைந்துள்ள

அனைத்துச் சாதியினருக்கும் சுழற்சி முறையில் பங்களிப்புகள் செய்யப்பட வேண்டும். கடலூரைச் சுற்றியுள்ள அறுபதுக்கும் மேற்பட்ட கிராமங்களில் தலித் மக்களின் சாதிப் பிரச்சினைகளுக்கு உயர்ச் சாதியினர் பொதுச் சொத்துகளைச் சொந்தம் / உரிமை கொண்டாடுவதன் அடிநிலையே காரணங்களாக உள்ளன எனக் களப்பணி வழி கண்டறிந்து அறிக்கை தந்துள்ளனர்.

நிலமற்றவர்களுக்குப் புறம்போக்கு, தரிசு நிலங்கள் போன்றவை பகிர்ந்தளிக்கப்பட வேண்டும். தனி நபர் உரிமை கொண்டுள்ள பொதுச் சொத்தினைத் தடை செய்வதோடு பகிர்ந்தளிக்கப்பட வழிவகை அரசு செய்ய வேண்டும்.

வன் கொடுமைச் சட்டத்தினைச் சரிவர அமல்படுத்த வேண்டும். 'விழிப்புக் கண்காணிப்புக் குழுவினை' அரசு தற்போது மாவட்டந்தோறும் ஏற்படுத்தியுள்ளமை வரவேற்கத்தக்கது. அது முறையாகச் செயல்படச் செய்யவும். அவ்வப்போது விழிப்புக் கண்காணிப்புக் குழுவினருக்கு நடைமுறைகளுக்கு ஏற்பச் செயல்படுத்தும் விதிமுறைகளையும் புத்தொளிப் பயிற்சிகளையும் கருத்தரங்குகளையும் நடத்தி விழிப்போடும், முறையோடும் நடைமுறைப்படுத்தவும் ஏற்பாடு செய்ய வேண்டும்.

மத்திய மற்றும் மாநில அரசுகளின் இயக்கங்களில் இயங்கும் சங்கீத நாடக மன்றம் (Song & Drama Division) இசை நாடகப் பிரிவு, இயல் இசை நாடக மன்றம், கலாசார இயக்ககம் போன்றவை இசை நிகழ்ச்சிகள், நாடகங்கள் நடத்துகின்றன. இந்நாடகங்களில் கருப்பொருள்கள் தீண்டாமை குறித்தவையாக அமைவதோடு கலைக் குழுக்கள் நிறைய ஏற்படுத்தி குடும்பக்கட்டுப்பாடு, எய்ட்ஸ்,

சுகாதாரம், போலியோ சொட்டு மருந்து அளித்தல் போன்ற பிரச்சாரங்களை எவ்வாறு தீவிரமாகச் செயற்படுத்த விளம்பரம் செய்கின்றனவோ அதுபோலச் சாதி மோதல், தீண்டாமை, தீண்டாமையின் புது வடிவங்கள், உயர் சாதி மக்களின் மனங்களில் கருத்தளவில் ஊறிப்போயுள்ள சாதி உணர்வு, அறத்தின் வழி நல்லதல்ல. மனித மாண்புக்குச் சாதிய உணர்வு கூடாது என்பதான கருத்தாக்கங்களை ஏற்படுத்தத் தக்க வகையில் கலை நிகழ்ச்சிகளைப் பரவலாக அமைத்துப் பிரச்சாரம் செய்ய வேண்டும்.

டாக்டர் அம்பேத்கார், தந்தை பெரியார், திரு.வி.க., சிங்காரவேலர், ஜீவா, அண்ணா, எம்.ஜி.ஆர். போன்ற தலைவர்கள் பிறந்த நாளை ஒட்டி அரசும், அரசு அல்லாத பிற அமைப்புகளும் சாதி மோதல்கள் கூடாது என்பதான தீண்டாமைக்கு எதிரான கருத்தாக்கங்கள் மக்களிடம் உருவாகக் கருத்தரங்குகள் நடத்தப்பட வேண்டும்.

சாதிய உணர்வு அசிங்கமானது, அருவருப்பானது, காட்டுமிராண்டித்தனமானது என்பதான அற உணர் வினையும் சமூக நீதியையும் எடுத்துக் கூறும் நல்ல திரைப்படங்கள் மற்றும் குறும்படங்கள் வழியே மக்களிடம் விழிப்புணர்வு ஏற்படுத்த வேண்டும். ஆண்டுதோறும் இக்கருத்தியல் குறித்த திரைப்பட விழா, குறும்பட விழா போன்றவை நடத்தலாம். அரசு இதற்காக மானியம் வழங்கி படங்கள் எடுக்க ஊக்குவிக்க வேண்டும்.

பள்ளி, கல்லூரி, பல்கலைக்கழகங்களில் கலை நிகழ்ச்சிகள், கருத்தரங்குகள் நடத்துவதோடு உயர் கல்வி மையங்களில் சாதி ஒழிப்புக்கு விழிப்புணர்வுக்கான ஆய்வுகள் நடத்துவதும், ஆய்வு முடிவுகளை மக்களிடம்

எடுத்துச் செல்வதும் கல்வியாளர்கள் செய்ய வேண்டிய சமூகப் பணிகளுள் ஒன்றாக அமைய வேண்டும்.

உயர்சாதி மக்கள் வாழும் ஊர்களில் ஓரிரு குடிசைகளில் வாழும் சிறுபான்மை தலித்துகள் அடிக்கடி சாதிக் கொடுமைகளுக்கு ஆளாகின்றனர். இதனைத் தடுக்கத் தனித்த நிலை குடியிருப்புகளாகவும், தலித்துகள் வாழும் பகுதிகளில் அவர்களைக் குடியமர்த்தவும் செய்யலாம். டாக்டர் அம்பேத்கார் அவர்கள் தலித்துகளுக்குத் தனித்த குடி அமைப்புகள் (Separate Settlement) ஏற்படுத்துவது குறித்து கூறியுள்ளது இங்கு சிந்திக்கத்தக்கது.

❄ ❄